முன்னுரை

கடந்த சில மாதங்களாக, அதுவும் 2015 ஆகஸ்ட் பத்தாம் நாள் பிரபல ஐடி (தகவல் தொழில் நுட்ப) பெருநிறுவனமான கூகுளின் மூன்றாவது தலைமைச் செயல் அதிகாரியாக சுந்தர் பிச்சை பதவியேற்றது முதல், ஊடகங்களும் ஆய்வாளர்களும் கூகுள் நிறுவனத்தில் சுந்தர் பிச்சை என்ன மாதிரியான மாற்றங்களைக் கொண்டு வருவார் என்று கணிக்கத் தொடங்கி யிருக்கிறார்கள்.

முன்னெப்போதும் இல்லாத அளவு சுந்தர் பிச்சையின் நியமனம் மிகப் பெரிய எதிர்பார்ப்பைக் கிளப்பி இருக்கிறது என்பதை சொல்லவே வேண்டாம். அதற்கு ஒரு வருடம் முன்பு உலகின் நான்காவது பெரிய நிறுவனமான மைக்ரோசாஃப்ட் சத்யா நடெல்லாவை அதன் தலைவராக நியமித்தபோது இருந்த எதிர்பார்ப்புகளை சுந்தர் பிச்சை விஞ்சிவிட்டார் என்றே சொல்லலாம்.

மைக்ரோசாஃப்ட் போல, மற்ற பெரிய ஐடி (தகவல் தொழில் நுட்ப) நிறுவனங்களைப் போல அல்லாமல், தன்னுடைய கடந்த காலத்தில் பெரிய தவறுகள் எதுவும் செய்யாத நிறுவனம் கூகிள். அதற்காக அது எந்தப் பிரச்னையையுமே சந்திக்காமல் சென்று கொண்டிருக்கிறது என்று சொல்லமுடியாது. அமேஸான், மைக்ரோசாஃப்ட், ஆப்பிள் மற்றும் வேறு பல நிறுவனங்களிடம் எல்லா முனைகளிலிருந்தும் போட்டி போட்டுக் கொண்டுதான் இருக்கிறது.

ஆனால், சமீபகாலமாக கூகிளில் இருந்து வெளிவரும் தயாரிப்புகள் எல்லாம் சரியாக அமைக்கப்பட்டிருக்கின்றன. அதை கவனிப்பவர்களால் துளிகூட குறை கண்டுபிடிக்க முடியவில்லை என்பதுதான் உண்மை. இப்படி தொடர்ந்து மக்கள் மனத்தை கொள்ளையடிக்கும் தயாரிப்புகளை வெளிக்கொண்டு வருவதில் கில்லாடியாக பிச்சை இருப்பதை கூகிளின் துணைத்தலைவர் லாரி பேஜ் முன்பு புகழ்ந்திருக்கிறார்.

இப்படிப்பட்ட தயாரிப்புகளை வெளிக் கொண்டு வந்தவரே தற்போது ஓட்டுனராக அமர்ந்திருப்பதால் இனி கூகிள் எந்த

திசையை நோக்கிச் செல்லும் என்று ஆர்வம் இருக்கத்தான் செய்கிறது. சமீப காலமாக கூகிள் புதிய கண்டுபிடிப்புகளை மிக நிதானமாகவே கொண்டு வருகிறது என்பது அதன் மேல் இருந்த குற்றச்சாட்டு. லாரிபேஜ் 'ஆல்ஃபபெட்' என்ற நிறுவனத்தை சமீபத்தில் தொடங்கி அதன் கீழ் கூகிள், இவ்வளவு காலம் நிர்வகித்து வந்த மற்ற நிறுவனங்களைக் கொண்டு வந்திருப்பது இந்தக் குற்றச்சாட்டில் இருந்து விடுபடத்தான். இதனால் கூகிள் எதை செய்வதில் சாமர்த்தியம் மிக்கதோ, அதை மட்டும் பிச்சை கவனித்தால் போதும். அளவில் சிறியதாக இருக்கும்போது கூகிளால் நிறைய கண்டுபிடிக்க முடியும்.

இன்னமும் வெளிவராத இந்தப் புதிய தயாரிப்புகளை முன்னெடுத்துச் சென்றவர் சுந்தர் பிச்சை என்பதால் அவருக்குப் பதவி உயர்வு கிடைத்த பிறகு அமெரிக்காவின் கலிஃபோர்னியா மாகாணத்தில் மலையை நோக்கி அமைந்த கூகிளின் தலைமையகத்தில் அடுத்து நடக்கப்போகும் முன்னேற்றங்களை பலரும் உன்னிப்பாக கவனித்து வருகிறார்கள்.

1998ம் வருடத்தில் லாரி பேஜ், செர்கெய் பிரின் மற்றும் எரிக் ஷிமிட் ஆகிய மூவரும் சேர்ந்து கூகிள் ஐ தொடங்கியதிலிருந்து மிகப் பெரிய அடிகளையே எடுத்து வைத்து வருகிறது கூகிள். தொழில்நுட்பக் கண்டுபிடிப்புகளின் அடுத்தக் கட்டத்துக்கு உலகத்தை இந்த நிறுவனம் தலைமையேற்று அழைத்துச் செல்லுமா? முக்கியமாக அப்படிக் கொண்டு செல்லும் நபராக சுந்தர் பிச்சை இருப்பாரா?

நடேலாவைப் போலவே சுந்தர் பிச்சையும் கடந்தகாலத்தில் அதிகம் அறியப்பட்ட ஒரு நபர் அல்ல. சென்னையில் இருந்து வந்து ஒரு பெரும் நிறுவனத்தின் படிகளில் இவர் வேகமாக ஏறியது பற்றி நாம் அதிகம் அறிந்ததில்லை. உச்சத்தை அடைவதற்கு அவரை எது உந்தித் தள்ளுகிறது? சுந்தர் பிச்சையின் நியமனம் கூகிளுக்கும், ஒட்டுமொத்த தொழில்நுட்ப தொழிலுக்கும் என்ன செய்யப் போகிறது?

இந்த எல்லாக் கேள்விகளுக்குமான விடையைத் தேடும் முயற்சியில் அதன் சமீபத்தைய தலைமை அதிகாரி பற்றியும், கூகிள் நிறுவனம் பற்றியும் அதிகம் தெரிந்து கொள்ள வாய்ப்புகள் கிடைத்தது. எப்படி பார்த்தாலும் கூகிள் ஒரு சுவாரஸ்யமான பயணத்துக்குத் தயாராகிறது. சுந்தர் பிச்சை தன் ஆதரவாளர்களுக்கும் எதிர்ப்பாளர்களுக்கும் ஒருசேர ஆச்சர்யம் அளிக்கப்போகிறார்.

சுந்தர் பிச்சை
புதிய நம்பிக்கை

ஜக்மோகன் எஸ்.பன்வர்
தமிழில்: கார்த்திகா குமாரி

சிக்ஸ்த்சென்ஸ் பப்ளிகேஷன்ஸ்
10/2 (8/2) போலீஸ் குவார்ட்டர்ஸ் சாலை
(தியாகராயநகர் பேருந்து நிலையத்திற்கும் காவல் நிலையத்திற்கும் இடைப்பட்ட சாலை)
தியாகராயநகர், சென்னை – 600 017
Phone: 2434 2771, 29860070 Cell: **72000 50073**
Sixthsense Publications 6 th sense_karthi
e-mail : sixthsensepub@yahoo.com
Website: www.sixthsensepublications.com

Title:
SUNDAR PICHAI
PUTHIYA NAMBIKKAI

Author:
Jagmohan S.Bhanver

Tamil:
Karthika Kumari

Publisher
K.S. Pugalendi

Managing Editor
P. Karthikeyan

Layout
M.Magesh

Address:
Sixthsense Publications
10/2(8/2) Police Quarters Road,
(Between Thiyagaraya Nagar Bus Stop & Police Station)
Thiyagaraya Nagar, Chennai - 17
Phone: 2434 2771, 29860070
Cell: **72**000 **5**00**73**

Sixthsense Publications
6 th sense_karthi
e-mail : sixthsensepub@yahoo.com
Website: sixthsensepublications.com

Edition:
First : **September, 2016**
Second : **January, 2018**
Third : **July, 2019**

Pages : 144
Price : Rs. 177

© Jagmohan S.Bhanver

தலைப்பு : **சுந்தர் பிச்சை**
புதிய நம்பிக்கை
நூலாசிரியர் : **ஜக்மோகன் எஸ்.பன்வர்**
தமிழில் : **கார்த்திகா குமாரி**
பக்கங்கள் : 144
விலை : ரூ.177
முதற்பதிப்பு : **செப்டம்பர், 2016**
இரண்டாம் பதிப்பு : **ஜனவரி, 2018**
மூன்றாம் பதிப்பு : **ஜூலை, 2019**

சிக்ஸ்த்சென்ஸ் பப்ளிகேஷன்ஸ்
10/2 (8/2) போலீஸ் குவார்ட்டர்ஸ் சாலை
(தியாகராயநகர் பேருந்து நிலையத்திற்கும் காவல் நிலையத்திற்கும் இடைப்பட்ட சாலை)
தியாகராயநகர், சென்னை – 600 017
தொலைபேசி : 24342771, 29860070
கைபேசி: **72**000 **5**00**73**
மின்னஞ்சல்: sixthsensepub@yahoo.com

இந்தப் புத்தகத்திலுள்ள எந்த ஒரு பகுதியையும் பதிப்பாளர் மற்றும் எழுத்தாளர் அனுமதியை எழுத்து மூலம் பெறாமல் பதிப்பிக்கக் கூடாது.

No part of this book may be reproduced or transmitted in any form without permission in writing from the author or publisher

நீங்கள் Smart Phone உபயோகிப்பவராக இருந்தால் QR Code Reader Application மூலம் இதை Scan செய்தால் நேரடியாக எமது இணையதளத்திற்கு சென்று மேலும் எங்கள் வெளியீடுகள் பற்றிய விவரங்களைப் பெறலாம்.

A4 ISBN : 978-93-83067 -64 -0

சுந்தர் பிச்சை கூகிளின் தலைமை நிர்வாகி ஆனதும், லாரி பேஜ் 'ஆல்ஃபபெட்டு'க்கு மாறிய விஷயமும் ஒரு பனிமலையின் முனையை மட்டுமே நமக்குக் காட்டுகின்றன. ஆனால் கூகிளின் புதிய இன்னிங்ஸின் கதை அடுத்த சில மாதங்களில் இருந்து அடுத்த சில வருடங்கள் வரை விரிவடையப் போகிறது.

எப்படிப் பார்த்தாலும், கூகிள் பாதுகாப்பான கைகளில் இருக்கிறது.

இருந்தாலும், தன்னை விடப் பெரிய நிறுவனங்களையும் கூகிள் தாண்டிச் செல்லுமா அல்லது தனது சந்தை மதிப்பை, மற்ற வேகமாக முன்னேறி வரும் நிறுவனங்களிடம் இழக்குமா என்பதற்குக் காலம்தான் பதில் சொல்ல வேண்டும். இதற்கு நடுவே இந்தப் புத்தகம் சுந்தர் பிச்சை என்ற மனிதனின் வாழ்க்கை, தொழில், அவரது சமீபத்தைய பதவி உயர்வு கூகிளுக்கும் தொழில்நுட்பத்தின் வருங்காலத்துக்கும் என்ன செய்யப்போகிறது என்பது பற்றி ஒரு நுண்ணறிவைக் கொடுக்க முயற்சி செய்யும்.

உள்ளடக்கம்

பகுதி 1

கனாக் கண்டான் 8

- *ஒரு யோசனையின் தொடக்கம்*
- *ஆட்டம் ஆரம்பம்*
- *ஐஐடி பையன்*
- *காதல் மன்னன்*
- *நம்புவதைச் செய், செய்வதை நம்பு*
- *தெரு கிரிக்கெட்*
- *மேல்தட்டு வர்க்கம் அல்ல/ திறமை, உழைப்பு, உயர்வு/*
- *கூகிளுக்குக் கொஞ்சம் முன்னால்*

பகுதி 2

ஒரு நாயகன் உருவாகிறான் 26

- *மாறும் தொழில்நுட்பங்கள்*
- *வியக்க வைத்த 90கள்*
- *தகவல் தொழில் நுட்பம் 2000*
- *மறுபடியும் கூகிளுக்கு வருவோம் / கூகிள் வளர்ந்த கதை*
- *சவாலே சமாளி*
- *க்ரோம் ஒளிர்கிறது*
- *க்ரோம் ஒரு ப்ரவுஸர் மட்டுமல்ல*
- *மக்கள் சக்தி*
- *தொட்டதெல்லாம் துலங்கியது*
- *முடிந்ததை மற; வருவதை நினை*
- *ட்விட்டருக்கு நஷ்டம், கூகிளுக்கு லாபம்!*
- *இவனைப்போல் ஒருவன்*

பகுதி 3

கூகிள் என்ற சுற்றுச்சுழல் 76

- *ஆதியிலிருந்து முடிவிலிக்கு...*
- *விவாதங்கள் வரவேற்கப்படுகின்றன*
- *கூகிள் எடுத்து வைத்த சின்ன அடி; மனிதகுலத்துக்கு பெரிய வளர்ச்சி*

- 25 மில்லியன் டாலரில் ஒரு புரட்சி
- பரந்து விரிந்த தேடல் பரப்பு
- புத்திசாலித்தனம் முக்கியம்

பகுதி 4
மக்கள் தலைவன் — 96

- நல்லவன் வெல்வான்
- சமூக வலைத்தளங்களின் கதை
- பொறியியலையும் தாண்டி
- தோல்விக்குப் பஞ்சமில்லை
- கூகிளின் விளம்பர ஆதிக்கம் தாக்குதலில் இருக்கிறதா?
- தொழில்நுட்ப நுண்ணறிவு என்றால் என்ன?
- சமூக வலைத்தளங்களிடம் இருந்து போட்டி
- இன்மொபி அடுத்த கூகிளா?
- சிங்கத்துக்குப் போட்டியாக சிங்கம்
- கைப்பேசியின் கதை
- மேகப் போர்கள்
- பதவி இல்லாமல் வழிகாட்டுவது! வழிகாட்ட பதவி அவசியமில்லை
- தீமை செய்யக்கூடாது
- டிராகனை அடிபணியச் செய்
- சீனா ஸ்கூில் முதல் சுற்று
- இரண்டாம் சுற்று நாக் அவுட்
- கூகிள் என்ன செய்திருக்கலாம் - குவான்க்ஸி
- குவான்க்ஸி என்றால் என்ன?
- வேகமான குதிரைகளைத் தேடிப் போகாதே!

பகுதி 5
தி ரெயின் மேக்கர் — 138

- எடுப்பதற்கு முன் கொடு
- வழி விட்டு வழி சொல்
- வருங்காலத்தை நோக்கி
- புத்திசாலிகளுக்கு கடைசி வார்த்தைகள்

பகுதி 1

கனாக் கண்டான்

'கூகிளையும், இணையத்தையும் நோக்கி என்னை ஈர்த்த விஷயம், அது ஒரு மிகப்பெரிய சமத்துவவாதி என்பதுதான். கூகிள் எப்போதும் சமத்துவவாதியாக இருக்க முயற்சி செய்து கொண்டிருக்கவேண்டும் என்றே நான் விரும்புகிறேன். ஒரு சில துறையினருக்கு மட்டுமேயான தொழில் நுட்பத்தைக் கொடுப்பதாக மட்டும் கூகிள் இருக்கக்கூடாது. என்னைப் பொறுத்தவரை நாங்கள் தொழில்நுட்பத்தை ஒரு சமன்பாட்டு விசையாக, உலகின் ஒவ்வொரு தனிமனிதனின் தேவையையும் நிறைவேற்றும் கருவியாக இருப்பதையே விரும்புகிறேன்.

- சுந்தர் பிச்சை

ஒரு யோசனையின் தொடக்கம்

'வாழ்க்கைக்கு எந்த வரைமுறையும் கிடையாது, நாம் உருவாக்கிக் கொள்பவற்றைத் தவிர'

- லெஸ் ப்ரவுன்

பல்வேறு கைப்பேசி உற்பத்தியாளர்கள், தொழில்நுட்ப மேலாளர்கள், கைப்பேசிக்கான சேவை நிறுவனத் தலைவர்கள் எல்லோரும் சந்திக்கும் 'உலக மொபைல் காங்கிரஸ்' என்பது இன்று கைப்பேசி தொழில்துறையின் இன்றியமையாத ஒரு கண்காட்சி. இங்குதான் புதிய தொழில்நுட்பங்கள் பற்றியும், கவனிக்கத்தக்க சம்பவங்கள் பற்றியும் பேசப்படும். உலகம் முழுவதும் உள்ள கைப்பேசிப் பயன்பாட்டாளர்கள் மீது தாக்கம் ஏற்படுத்தும் கண்காட்சி இது. 2015ல் பார்சிலோனாவில் நடந்த மொபைல் காங்கிரஸூம் இதற்கு விதிவிலக்கல்ல. இன்னும் சொல்லப்போனால், இந்தக் கண்காட்சி வரலாற்றில் மிகப்பெரிய கண்காட்சி இதுதான். 200 நாடுகளைச் சேர்ந்த 2000 நிறுவனங்களில் இருந்து 94,000 பேர் ஓர் இடத்தில் கூடினார்கள் என்பதைக் கற்பனை செய்து பாருங்கள்!

இதில் எத்தனை பேர் கலந்து கொண்டார்கள் என்ற கணக்கைவிட இதில் பேசிய ஒருவரைப் பற்றிதான் நாம் கவனிக்க வேண்டும். ப்ளூம்பெர்க் பிசினஸ் வீக் பத்திரிகையின் ப்ராட் ஸ்டோன் ஒரு கூகிள் பிரதிநிதியை அறிமுகப்படுத்தினார். 2014 ஜூன் மாதம் இந்த நபரைப் பற்றி தன் பத்திரிகையில் எழுதிய ப்ராட் ஸ்டோன், அவரை 'கைபேசி உலகின் மிக சக்தி வாய்ந்த மனிதர்' என்று குறிப்பிடுகிறார். அப்போதைய கூகிளின் மூத்த துணைத் துறை தலைவராக இருந்து இப்போது அதன் தலைமை செயல் அதிகாரியாக உயர்ந்திருக்கும் சுந்தர் பிச்சைதான் அந்த மனிதர்.

பார்சிலோனா கண்காட்சியில் குழுமியிருந்த ஆயிரக்கணக்கானோர் 'மொபைல் கூகிள்' பற்றிய பிச்சையின் கனவுகளையும் திட்டங்களையும் கேட்டுக் கொண்டிருந்தனர். அவர்களில் பலருக்குத் தெரியாது, தாங்கள் ரசித்துக் கேட்டுக் கொண்டிருக்கும் அந்த நபரின் வரலாறு 30 வருடங்களுக்கு முன், சென்னை அசோக் நகரில் தொடங்கியது என்று. அப்போது சுந்தர் பிச்சையின் வயது 12. அவர் கையில் எண்களைச் சுழற்றி பேசும் ஒரு தொலைபேசி இருந்தது. அப்போதுதான் வீட்டுக்குள் நுழைந்திருந்த அந்த தொலைபேசிதான் அவரது குடும்பத்துக்குச் சொந்தமான முதல் தொலைபேசி.

அப்போதுதான் ஒரு தொலைபேசி என்னவெல்லாம் செய்ய முடியும் என்பது பற்றி முதன்முறையாக சுந்தரின் மனது யோசித்திருக்கும். இது அனுமானமாகக்கூட இருக்கலாம். ஆனால், தொழில்நுட்பத்தின் மீது அவருக்கு இருந்த காதலும், உலகெங்கும் உள்ள மக்கள் மேல் நல்ல தாக்கங்களை ஏற்படுத்தக்கூடிய அதன் எல்லையற்ற வலிமையும் அந்த நொடி அவருக்குள் ஏற்பட்டிருக்கலாம் அல்லவா!

'கஷ்டங்கள் ஏற்படுவது நம்மை உயர்த்துவதற்குத்தான், நம்மை வீழ்த்துவதற்கு அல்ல. மனிதனின் மனநிலையானது பிரச்னைகள் ஏற்படும்போதுதான் வலிமையடையும்.

- **வில்லியம் எல்லெரி சேனிங்**

வாழ்க்கையில் ஜெயித்தவர்களில் பெரும்பாலானோர் பெரும் தடைகளைத் தாண்டித்தான் வந்திருப்பார்கள். ஜெயித்தவர்கள் ஒவ்வொருவருக்கும் ஒரேயொரு சந்தோஷமான கடந்தகாலம் மட்டுமே இருந்திருந்தால், இன்னும் எதையும் சாதிக்காத ஒருவருக்கு ஊக்கம் கொடுக்க கதைகளே இருந்திருக்காது. ஜெயித்தவர்களுக்கும், அவர்களோடு ஓடியவர்களுக்கும் இருக்கும் வித்தியாசம் ஒன்றே ஒன்றுதான். எதற்கும் அசராத அவர்கள் மனம் அவர்களிடம் இருப்பதை ஆயுதமாக்கி அவர்களைப் போருக்கு அனுப்பியிருக்கும். வீட்டிலேயே உட்கார்ந்து, எனக்குத் தேவையானது கிடைக்கவில்லை, அதனால்தான் ஜெயிக்கவில்லை என்று புலம்பியிருக்க மாட்டார்கள்.

சுந்தர் பிச்சை ஜெயிப்பவர்களின் பரம்பரையைச் சேர்ந்தவர். எல்லெரி சேனிங்கின் வார்த்தைகள் அவருக்கு மிகவும் பொருந்திப் போகின்றன. 12 ஜூலை 1972 அன்று மதுரையில் பிறந்த சுந்தர் பிச்சையின் சிறுவயது வாழ்க்கை சென்னையில் கழிந்தது. அவரது குடும்பம் வறுமையில் வாடவில்லை என்றாலும்,

பணத்தில் புரளும் குடும்பமும் அல்ல. அவரது அப்பா ரகுநாத பிச்சை, ஸ்விட்ச் கியர்கள் செய்யும் ஒரு பிரிட்டிஷ் பன்னாட்டு நிறுவனத்தில் மின்பொறியாளராக வேலை பார்த்து வந்தார். சுருக்கெழுத்தாளராக பணிபுரிந்து வந்த அவரது அம்மா லட்சுமி, சுந்தரும் அவரது சகோதரர் ஸ்ரீனிவாசனும் பிறந்த பிறகு தான் பார்த்துக்கொண்டிருந்த வேலையை விட்டு விட்டார்.

பாரம்பரியமிக்க ஒரு சராசரிக் குடும்பம் அது. பெற்றோருக்குத் தங்கள் குழந்தைகளுக்கு நல்ல கல்வியைக் கொடுக்க வேண்டும் என்பதுதான் முதன்மை லட்சியமாக இருந்தது. இதனால் தொலைக்காட்சி, கார் போன்ற அவர்கள் விரும்பிய தேவைகள் எல்லாவற்றையும் தியாகம் செய்ய வேண்டியிருந்தது. அவர்களுடைய சென்னை வீட்டில் இரண்டு அறைகள் மட்டும் இருந்தன. அதனால் சுந்தரும், அவருடைய சகோதரரும் வீட்டின் வரவேற்பறை யில்தான் தூங்க வேண்டியிருந்தது. வெளியே செல்வதென்றால் மாநகராட்சிப் பேருந்துகளோ அல்லது அவர்களது அப்பாவின் பழைய லேம்ப்ரட்டா ஸ்கூட்டரிலோதான் செல்லவேண்டும்.

அவர்களது எளிமையான வாழ்க்கைதான் அந்தக் குடும்பத்து சிறுவர்களையும் அப்படியே வைத்திருந்தது. சுந்தருக்குப் படிப்பில் மட்டுமே கவனம் இருந்தது. வளர்ந்தபிறகு கொஞ்சம் கிரிக்கெட்டிலும் கவனம் இருந்தது. இந்தச் சமயத்தில்தான் இரண்டு முக்கியமான அனுபவங்கள் சுந்தரின் வாழ்க்கையில் தாக்கத்தை ஏற்படுத்தின.

ஒன்று, அப்பா ரகுநாத், தான் வேலை செய்யும் இடத்தில் சந்திக்கும் பிரச்னைகளையும் கதைகளையும் பற்றிச் சொன்னது. இவை சுந்தரின் மீது பலத்த தாக்கத்தை ஏற்படுத்தின. அந்த வயதிலேயே அவரது வளரும் மூளைக்கு தொழில்நுட்பத்தின் மீது ஆர்வத்தை தூண்டியவை இந்தக் கதைகள்தான். இரண்டாவது, அந்தக் குடும்பத்தின் முதல் தொலைபேசி. அதுதான் அவரைத் தொழில்நுட்பத்தின் பக்கம் அதிகமாக ஈர்த்தது.

அது மட்டுமல்ல, சுந்தர் பிச்சையின் ஒரு தனித்துவமான திறமையை அவருக்கு அந்தத் தொலைபேசி உணர்த்தியது. தான் ஒரு முறை டயல் செய்த எந்த எண்ணையும் மறக்காமல், தன்னால் நினைவில் வைத்திருக்க முடியும் என்பதை சுந்தர்பிச்சை கண்டுபிடித்தார்!

▼

ஆட்டம் ஆரம்பம்

▲அப்பா அம்மாவுடன்

'அந்தச் சமயத்தில் பல பெற்றோர்கள் செய்ததைத்தான் என் அப்பாவும் அம்மாவும் செய்தார்கள். தங்கள் வாழ்க்கையின் பெரும்பகுதியை தியாகம் செய்தார்கள். தங்களிடம் இருந்த பணத்தையெல்லாம் தங்கள் குழந்தைகளின் கல்விக்கே செலவழித்தார்கள்"

- சுந்தர் பிச்சை

பிச்சையைப் பற்றி ஒவ்வொருவரும் சொல்லும் முக்கியமான விஷயம்,'சுய உந்துதல்'. இந்த அணுகுமுறை சென்னை அசோக்நகரில் உள்ள ஜவஹர் வித்யாலயாவில் படிக்கும்போது அவருக்கு ஏற்பட்டது. சென்னையின் நல்ல பள்ளிகளில் ஒன்றாக இந்தப் பள்ளி கருதப்பட்டாலும் நாட்டின் முக்கிய பள்ளிகளில் ஒன்றல்ல ஜவஹர் வித்யாலயா. இருந்தாலும், அந்தப் பள்ளியின் சூழலிலும், பிச்சையின் இயல்பிலும் இருந்த ஏதோ ஒன்று அவரை வெற்றியை நோக்கிச் செலுத்தி இருக்க வேண்டும்.

கூகிளின் லாரி பேஜையும், செர்கெய் ப்ரின்னையும் கவரத் தெரிந்த சுந்தர் பிச்சை தன் பள்ளி நாட்களில் அவ்வளவு பிரபலமான ஒருவரல்ல என்பது ஆச்சரியமான விஷயம்தான். ஜவஹர் வித்யாலயாவிலும் சுந்தர் பிச்சை படித்த இன்னொரு பள்ளியான வனவாணி மெட்ரிகுலேஷன் உயர்நிலைப் பள்ளி இரண்டிலும் ஆசிரியர்களுக்கு சுந்தர் பிச்சையைப் பற்றி நினைவே

▲ பத்தாம் வகுப்பு படிக்கும் போது...

இல்லை. இதைப் பற்றி ஜவஹர் வித்யாலயாவின் தலைமையாசிரியர் ஆர்.எம்.கிருஷ்ணன் பேசும்போது, 'ஆசிரியர்கள் முதல் ரேங்க் வாங்கும் மாணவர்களையும், ரொம்பவும் குறும்பு செய்யும் மாணவர்களையும் மட்டும்தான் நினைவில் வைத்திருப்பார்கள். சுந்தர் பிச்சை நன்றாகப் படித்தாலும், அமைதியான சிறுவன்தான்' என்று நகைச்சுவையாகக் குறிப்பிடுகிறார்.

ஜவஹர் வித்யாலயாவில் பத்தாம் வகுப்பு முடித்தபிறகு சென்னை ஐஐடி வளாகத்துக்குள் உள்ள வன வாணி பள்ளியில் சேர்ந்தார் சுந்தர். இங்கு இரண்டு வருடங்கள் படித்த சுந்தர் 1989ம் வருடம் தமிழ்நாடு மாநில பாடத்திட்டத்தில் 12ம் வகுப்பு முடித்தார். மாணவனாக இருக்கும்போதே தனக்கென்று பல குறிக்கோள்களை வகுத்துக் கொண்டார். அவ்வளவு சின்ன வயதில் இவ்வளவு பொறுப்புணர்வோடு தனக்கான பாதையில் பயணிக்க ஆரம்பித்தது பெரிய விஷயம்தான். சுந்தரின் அப்பா பல முறை சொல்வதுண்டு. 'படி படி என்று சுந்தரைச் சொல்லவே வேண்டாம். ஏனெனில் அந்த வேலையை ஒழுங்காக அவனே செய்து கொண்டிருப்பான்'. சுந்தருடைய நண்பர்களும் 'பள்ளி செல்லும் போதும், திரும்பி வரும்போதும்' சைக்கிள் ரிக்ஷாவில்கூட எந்தவிதமான கவனச்சிதறலும் இல்லாமல் சுந்தர் படித்துக் கொண்டு வருவதைக் குறிப்பிடுகிறார்கள்.

சென்னையைப் பொறுத்தவரை 'இவன் ஐஐடி பையன்பா' என்று குறிப்பிடுவதற்கு என்னவெல்லாம் தகுதி இருக்குமோ அதெல்லாமே சுந்தருக்கு இருந்தது. அதனால் வன வாணியில் பள்ளிப் படிப்பை

முடித்து, 'காரக்பூர் ஐஐடி'யில் சுந்தர் சேர்ந்ததில் எந்த ஆச்சரியமும் இல்லை. அவர் வயதுச் சிறுவர்கள் கிரிக்கெட்டிலோ அல்லது வேறு விளையாட்டுகளிலோ ஈடுபட்டிருந்த சமயங்களில், சுந்தர் ஒரு புத்தகத்தை எடுத்து வாசித்துக் கொண்டிருப்பார். ஒரு மதிப்பெண்ணைக்கூட விட்டுக் கொடுக்கக்கூடாது என்ற அளவுக்குப் போட்டி போடும் குணம் சுந்தருக்கு உண்டு.

▼

ஐஐடி பையன்

'சில மனிதர்கள் வெற்றியைப் பற்றிக் கனவு காண்பார்கள்... ஆனால் மற்றவர்கள் கண்விழித்து, அதை நோக்கிக் கடுமையாக உழைத்துக் கொண்டிருப்பார்கள்.'

வின்ஸ்டன் சர்ச்சில்

அமெரிக்காவில் உள்ள மாசாசூஸெட்ஸ் தொழில்நுட்ப கல்வி நிறுவனம் போல நம் நாட்டிலும் தொழில்நுட்பக் கல்வி நிறுவனங்கள் இருந்தால் நாட்டின் தொழில் வளர்ச்சிக்கு உறுதுணையாக இருக்கும் என்று 1946ல் ஹுமாயுன் கபீர் மற்றும் ஜோகேந்திர சிங் என்ற இரண்டு கல்வியாளர்கள் யோசித்தார்கள். 1948ம் வருடம் வங்காளத்தின் முதல்வராக இருந்த பி.சி. ராயின் உதவியுடன் நளினி ரஞ்சன் சர்க்காரைத் தலைவராகக் கொண்டு சர்க்கார் கமிட்டியை உருவாக்கினர். பிரதமர் நேருவிடம் இப்படிப்பட்ட கல்வி நிறுவனங்களின் தேவை பற்றி அறிவுறுத்தினார் ராய். அப்போது மேற்கு வங்காளத்தில் நிறைய தொழிற்சாலைகள்

இருந்ததால் அங்கேயே அப்படிப்பட்ட கல்வி நிறுவனம் ஒன்று ஆரம்பிக்கப்பட்டது.

இப்படித்தான் கொல்கத்தாவின் கிழக்கு எஸ்பிளனேட் பகுதியில் இந்தியாவின் முதல் ஐஐடி 1950 ஆம் வருடம் ஆரம்பிக்கப்பட்டது. நான்கு மாதங்கள் கழித்து அந்த இடத்தில் இருந்து மித்னாபூர் மாவட்டத்தின் ஹில்ஜி என்னும் இடத்துக்கு ஐஐடி மாற்றப்பட்டது. முன்னர் இந்திய சுதந்தரப் போராட்ட வீரர்களை அடைத்து வைக்கும் சிறைப்பகுதியாக இருந்த ஹில்ஜியை ஐஐடிக்காக அவர்கள் தேர்ந்தெடுத்தது வியப்புக்குரிய விஷயம்தான். இப்போது இந்தியாவின் சுதந்தரத்தை அதன் தொழில்வளர்ச்சியின் மூலம் உறுதி செய்யப்போகும் ஒரு நிறுவனத்துக்கான இடமாக ஹில்ஜி மாறிப்போனது.

1886 ஆம் வருடக் கடைசி வரை சுமார் 200 வருடங்கள் ஆட்சியில் இருந்த ஹில்ஜி ராஜ்ஜியத்தின் ஒரு பகுதியான காரக்பூருக்கு அருகே இருக்கிறது ஹில்ஜி. அதனால்தான் இங்கே அமைந்த முதல் இந்திய தொழில்நுட்ப கல்வி நிறுவனம் ஐஐடி காரக்பூர் என்று பெயரிடப்பட்டது. 1951 ஆகஸ்டில் மௌலானா அபுல் கலாம் ஆசாத், ஐஐடி காரக்பூரைத் தொடங்கிவைத்தார்.

1956 செப்டம்பர் மாதத்தில் இந்திய நாடாளுமன்றத்தில் ஐஐடி காரக்பூர் தேசிய முக்கியத்துவம் வாய்ந்த ஒரு கல்வி நிறுவனமாக அறிவிக்கப்பட்டது. அந்தக் கல்லூரியின் முதல் பட்டமளிப்பு விழாவில் பேசிய நேரு, 'ஹில்ஜி விசாரணை முகாம் இருந்த இடத்தில் இந்தியாவின் வரலாற்றைக் குறிக்கும் ஒரு நினைவுச் சின்னம் அமைந்திருக்கிறது. இது இந்தியாவின் மாற்றங்களை அறிவிக்கும் குறியீடாக எனக்குத் தோன்றுகிறது' என்றார்.

சுமார் 2,100 ஏக்கர் பரப்பளவில் விரிந்த இந்த ஐஐடி காரக்பூரில்தான் சுந்தர் பிச்சை 1989ல் கல்லூரிப் படிப்புக்காகச் சேர்ந்தார். அவரோடு அந்த வளாகத்தில் படித்த பலரும் நம் நாட்டில் மட்டுமல்ல, எதிர்காலத்தில் உலகம் முழுவதும் தொழில்நுட்பத்தை வரையறுக்க வந்தவர்கள். அங்கு உலோகவியல் துறையில் சேர்ந்தார் சுந்தர். அந்தத் துறை பல சாதனையாளர்களைக் கொடுத்த துறை.

ஐபிஎம் ஆய்வுத் துறையின் தலைவராகவும் அமெரிக்காவின் ப்ரூக்ஹேவன் தேசிய பரிசோதனை மையத்தின் தலைவராகவும் இருந்த ப்ரவீன் சௌத்ரி, வோடஃபோன் குழுமத்தின் தலைமை நிர்வாக அதிகாரியாக இருந்த அருண் சரின், அமெரிக்கப் பங்கு நிறுவனமான எவரெஸ்ட் எல்எல்சியின் தலைவரான வினோத் குப்தா ஆகியோரும் அங்கு படித்தவர்களே.

ஐஐடியில் படிக்கும்போது பி.சுந்தரராஜன் என்று அழைக்கப்பட்ட சுந்தர் பிச்சை தன் உடன் படிக்கும் மாணவர்களாலும், ஆசிரியர்களாலும் மதிக்கப்பட்டவராக இருந்தாலும்கூட, அதிகம் கவனம் ஈர்க்காத ஒருவராகத்தான் இருந்தார். ஐஐடி காரக்பூரில் நேரு ஹாஸ்டலில் தங்கியிருந்த சுந்தர் பிச்சை தான் சேர்ந்த முதல் வருடத்தில் இருந்தே வகுப்பில் முதல் மாணவராகத்தான் இருந்தார். 1993ல் கல்லூரிப்படிப்பை முடிக்கும்போது உலோகவியல் துறையின் முதல் மாணவனாக மட்டுமல்ல, ஒட்டுமொத்த பாடங்களிலும் சிறப்பான தேர்ச்சி பெற்றதற்காக வெள்ளிப் பதக்கம் பெற்றிருந்தார்.

உலோகவியல் துறையில் சேர்ந்திருந்தாலும் மின்னணு வியலிலும் ஆர்வம் கொண்டிருந்தார் சுந்தர். ஐஐடியின் நெகிழ்வான அணுகுமுறையால் சுந்தர் தான் படித்த துறையிலும், ஆர்வம் கொண்டிருந்த துறையிலும் சமன் செய்து கொள்ள முடிந்தது. தனது மூன்றாவது கல்வியாண்டில் இருந்து மின்னணு பொருட்கள் பற்றி அறிந்து கொள்ள ஆரம்பித்தார். அவருடைய பி.டெக் ஆய்வுக் கட்டுரை மின்னணு பொருட்களைப் பற்றித்தான் அமைந்திருந்தது.

காரக்பூரில் சுந்தரின் ஆசிரியர்களுள் ஒருவராக இருந்த பேராசிரியர் சனத் ராய், 'மின்னணுத்துறையில் எங்களிடம் பாடத்திட்டம் என்று ஒன்று தனியாக இல்லாத காலகட்டத்தில், அதைப் பற்றி நிறையவே ஆராய்ந்து கொண்டிருந்தான் சுந்தர். சிலிக்கானில் மற்ற பொருட்களின் மூலக்கூறுகளை எடுத்து மாற்றி வைத்து அதன் தன்மையை மாற்றுவது தொடர்பான ஆய்வுக்கட்டுரை ஒன்றை எழுதியிருந்தான். ஆரம்பத்தில் இருந்தே மின்னணுவியல் மீதும் அது சார்ந்த பொருட்கள் மீதும் அவன் ஆதீத ஆர்வம் கொண்டிருந்தான்' என்கிறார்.

▲ ஐஐடி கரக்பூர் - 1989

சென்னையில் பள்ளி நாட்களின்போது 'புத்தகப் புழு' என்று பெயர் எடுத்திருந்த சுந்தர், ஐஐடியில் படிக்கும்போது கொஞ்சம் கொஞ்சமாக அதைத் தாண்டிச் செல்லத் தொடங்கினார். மக்களுடன் பழகும் திறனும், தொடர்பு கொள்ளும் திறனும் வளர்ந்து ஆழமான நட்புறவுகளை வளர்க்க ஆரம்பித்திருந்தார். நேரு ஹாலில் 14 பேர் அவருக்கு நெருங்கிய நண்பர்களாக இருந்தார்கள். அவர்களோடு இப்போதும் தொடர்பில் இருக்கிறார் சுந்தர் பிச்சை. அவர்களுள் ஒருவர் பிரஷாந்த் திரிபாதி. மேக்ஸ் லைஃப் இன்சூரன்சின் இயக்குனர் மற்றும் தலைமை நிதி அதிகாரியாக இருக்கிறார் பிரஷாந்த்.

'சுந்தர் மிகவும் கூர்மையானவர் மற்றும் தெளிவானவர். நண்பர்கள் நாங்கள் பேசிக்கொண்டிருக்கும்போது மையப்புள்ளியாக அவன்தான் இருப்பான். எல்லோருக்கும் உதவுவான். பல சமயங்களில் நள்ளிரவு தாண்டியும் படம் பார்த்துக் கொண்டிருப்போம். அப்போதெல்லாம் இணையம் கிடையாது. அதனால் பெரும்பாலான சமயம் நண்பர்களோடு பேசிக் கொண்டிருப்போம். நேரம் கிடைக்கும்போதெல்லாம் ஏதாவது வாசித்துக் கொண்டிருக்கும் பழக்கமும் அவனுக்கு இருந்தது' என்று சுந்தரைப் பற்றிக் குறிப்பிடுகிறார் பிரஷாந்த்.

ஐஐடியில் சுந்தர் படித்துக் கொண்டிருந்த காலகட்டம் அவருக்கு நண்பர்களையும், வெள்ளிப் பதக்கத்தையும் தவிர இன்னும் ஒரு முக்கியமான விஷயத்தை அளித்தது. அங்கேதான் அவர் தனது காதல் மனைவியைக் கண்டார்.

▼

காதல் மன்னன்

'அன்பின் சாரமே அதன் நிச்சயமற்ற தன்மைதான்.'

- ஆஸ்கார் வைல்ட்

கூகிளின் முதன்மை நிர்வாக அதிகாரியாகப் பதவியேற்றதுதான் சுந்தருக்கு மிகக் கடினமான சவாலாக இருந்திருக்கும் என்று நீங்கள் நினைத்தால் சுந்தரின் நண்பர்கள் ஒப்புக் கொள்ளமாட்டார்கள். தான் விரும்பிய பெண்ணிடம் தன் காதலைச் சொல்வதுதான் சுந்தருக்கு வாழ்க்கையிலேயே கடினமான காரியமாக இருந்தது. தான் படித்த அதே பேட்சில் கெமிக்கல் எஞ்சினியரிங் படித்துக் கொண்டிருந்த ஒரு பெண்ணின் மேல் காதல் கொண்டார் சுந்தர். அந்தப் பெண் ராஜஸ்தான் மாநிலத்தின் கோட்டா பகுதியைச் சேர்ந்தவர். சுந்தர் தமிழ்நாட்டைச் சேர்ந்தவர். தன் வாழ்க்கையில் தனக்குப் பிடித்த எல்லாவற்றையும் நேசித்தது போலவே முழுமையான காதலுடன் அந்தப் பெண்ணைக் காதலித்தார் சுந்தர்.

▲ மனைவி அஞ்சலியுடன்

அந்தப் பெண்ணின் பெயர் அஞ்சலி ஹர்யானி. அவர்கள் படித்து முடித்து ஐஐடியை விட்டு வெளியேறும் வரை இருவரது காதல் பற்றியும் சுந்தரின் நெருங்கிய நண்பர்களுக்குக் கூடத் தெரியாது. தங்களது கடைசி வருடத்தில் சுந்தர் அஞ்சலியிடம் காதலைச் சொன்னாலும், அவர்கள் திருமணம் செய்து கொள்ள இன்னும் சில வருடங்கள் காத்திருந்தனர். ஐஐடி முடித்ததும் அமெரிக்காவின் ஸ்டான்ஃபோர்டில் எம்.எஸ் படிக்கச் சென்றார் சுந்தர். அப்போது மாணவர்களுக்கான கல்விக் கடன் கிடைக்காததால் ஒட்டுமொத்த சேமிப்பையும் எடுத்து சுந்தருக்காக செலவழித்தார் சுந்தரின் அப்பா. அது கிட்டத்தட்ட அவரது ஒரு வருட சம்பளத்துக்கும் அதிகம். ஆனால் அதுதான் சுந்தர் சரியான பாதையில் செல்ல உதவியது.

ஸ்டான்ஃபோர்டில் படித்த பிறகு சிலிக்கான் பள்ளத்தாக்கில் செமிகண்டக்டர்கள் தயாரிக்கும் அப்ளைட் மெட்டீரியல்ஸ் நிறுவனத்தில் சில காலம் வேலை பார்த்தார் சுந்தர். அப்போதெல்லாம் கிட்டத்தட்ட தொடர்ந்து ஆறு மாத காலத்துக்கு அஞ்சலியுடன் பேசாமல் இருந்திருக்கிறார். அப்போது நம் நாட்டில்

தொலைதொடர்பு அவ்வளவாகப் பெருகாத காலகட்டம். ஐஎஸ்டி கால்களுக்கு பணமும் அதிகம்.

அப்ளைடு மெட்டீரியல்ஸ் நிறுவனத்தில் வேலைக்குச் சேர்ந்த பிறகுதான் அஞ்சலியின் பெற்றோரிடம் அனுமதி கேட்டார் சுந்தர். அதே சமயத்தில், சுந்தரின் பெற்றோரும் இந்தக் காதலுக்கு சம்மதம் தெரிவிக்கவே, அஞ்சலியின் கரம் பிடித்தார் சுந்தர். சுந்தருடன் அஞ்சலியும் அமெரிக்கா சென்றார். மெக்கின்ஸி நிறுவனத்தில் ஆலோசகராக வேலைக்கு சேர்ந்தார் சுந்தர். அவரைப் போலவே அஞ்சலியும் ஸ்டான்ஃபோர்டு பல்கலைக்கழகத்தில் எம்.எஸ் படித்தார். இந்த முறை ஒரு சின்ன வித்தியாசம் இருவரும் ஒன்றாக இருந்தனர்.

▼

நம்புவதைச் செய், செய்வதை நம்பு

'எப்போதும் அடுத்தவர்கள் செல்லும் பொதுவழிப் பாதையில் மட்டும் போய்க்கொண்டிருக்காதே'

- அலெக்ஸாண்டர் கிரகாம் பெல்

வெளிப்பார்வைக்கு அமைதியாகவும், மேம்போக்கான குணம் கொண்டவராகவும் தோன்றும் சுந்தர், தேவைப்படும் போது இரும்பு மனிதராகத்தான் இருப்பார். 'தான் நம்புவதை மட்டும்தான் செய்வேன், தான் செய்வதை முழுமையாக நம்புவேன்' என்று தொடர்ந்து உறுதிப்படுத்திக் கொண்டே இருப்பார்.

ஐஐடியில் படிக்கும்போது உலோகவியல்துறையைத் தேர்ந்தெடுத்திருந்தாலும், மின்னணுவியலில்தான் ஆய்வுக்கட்டுரை சமர்ப்பித்தார். ஸ்டான்ஃபோர்டில் பிஹெச்டி செய்வதற்கு சுந்தருக்கு உதவித்தொகை கிடைத்திருந்தது. அதனால் பிஹெச்டி மேற்கொள்ளும்படி சுந்தரின் ஐஐடி பேராசிரியர்கள் அறிவுறுத்தினர். ஆனால் அதற்கு பதில் அங்கே எம்.எஸ் படித்தார் சுந்தர்.

அதே போல அப்ளைடு மெட்டீரியல்ஸில் வேலை பார்த்துக் கொண்டிருக்கும்போது வித்தியாசமானதொரு முடிவை எடுத்தார் சுந்தர். பெற்றோரின் விருப்பத்துக்கு மாறாக, தான் பார்த்துக் கொண்டிருந்த வேலையை விட்டு விட்டு, வார்ட்டன் வணிகக் கல்வி நிறுவனத்தில் எம்பிஏ சேர்ந்தார். இங்கு ‘சிபெல்’ ஸ்காலராகவும், ‘பால்மர்’ ஸ்காலராகவும் இருந்தார் சுந்தர். அமெரிக்கா, சீனா, ஜப்பான், இத்தாலி மற்றும் ஃபிரான்ஸில் உள்ள 27 கல்வி நிறுவனங்களில் இருந்து மிகச் சிறந்த மாணவர்களைத் தேர்ந்தெடுத்து உதவித்தொகை தரும் திட்டம் சிபெல் ஸ்காலர்ஸ் திட்டம்.

வார்ட்டன் தவிர எம்ஐடிஸ்லோவேன் கல்வி நிறுவனம், கெலாக் மேலாண்மை கல்வி நிறுவனம், ஸ்டான்ஃபோர்டு வணிகக் கல்விநிறுவனம், ஹார்வர்டு வணிகக் கல்வி நிறுவனம், கார்னேகி மெலன் பல்கலைக்கழகம், ப்ரின்ஸ்டன் பல்கலைக்கழகம் மற்றும் ஜான்ஸ் ஹாப்கின்ஸ் பல்கலைக்கழகம் என பல முக்கியமான கல்வி நிறுவனங்களை உள்ளடக்கியது இந்தத் திட்டம்.

ஒவ்வொரு வருடமும் அந்தந்த பல்கலைக்கழகத்தின் டீன்கள் தங்கள் பல்கலைக்கழகத்தில் இருந்து ஒருவரை சிபெல் ஸ்காலர் திட்டத்துக்குப் பரிந்துரைப்பார்கள். வெற்றி பெறும் மாணவருக்கு 35000 அமெரிக்க டாலர் பரிசாக வழங்கப்படும். பால்மர் ஸ்காலர் திட்டத்தில் முதல் ஐந்து சதவிகிதத்தில் வரும் மாணவர்களுக்குப் பரிசு வழங்கப்படும். வார்ட்டனில் அவர்கள் படிக்கும் இரண்டு வருட காலம் முழுவதும் அவர்கள் எடுத்த மதிப்பெண்களின் ஒட்டுமொத்த சராசரியை வைத்து அவர்கள் வாங்கும் ரேங்க் முடிவு செய்யப்படும்.

ஸ்டான்ஃபோர்டில் மெட்டீரியல் சயின்ஸ் மற்றும் எஞ்சினியரிங் துறையில் எம்எஸ் படிக்க வேண்டும் என்று சுந்தர் எடுத்த முடிவு கூகிளின் வணிகத்தைப் புரிந்து கொள்ளவும், அதனை உருவாக்கியவர்களின் எண்ண ஓட்டத்துக்கு மதிப்பு சேர்க்கவும் நிறையவே உதவியது. ஒரு பொருளின் அடர்த்தி, செமிகண்டக்டர்கள், மூலக்கூறுகளின் இயக்கம், கணிப்பொருள்கள் உருவாக்கத்துக்குக் காரணமான செமிகண்டக்டர் பொருட்களைக் கண்டறிவது போன்றவற்றில் திறமைசாலியாக இருந்தார் சுந்தர்.

அதே நேரம் லாரி பேஜும், செர்கெய் ப்ரின்னும் இந்த வணிகத்தின் மென்பொருள் பற்றிய நிபுணத்துவம் பெற்றிருந்தனர். பிச்சையின் நிபுணத்துவம், இன்றைய காலகட்ட தொழில்நுட்பத்துக்கு மிகவும் தேவையான மென்பொருள், வன்பொருள் இரண்டிலும் இணையும் என்பதால் கூகிளுக்கு அது மிகச் சிறந்த அனுகூலம்தான்.

▼

தெரு கிரிக்கெட்

'கிரிக்கெட் என்பது எங்களுக்கு வெறும் விளையாட்டு அல்ல; அது கோடை காலச் சூரியனை வழிபடும் ஒரு வகை.'

- எட்மண்ட் ப்ளண்டன்

கிரிக்கெட்டையும், இந்தியர்களையும் பிரிக்கவே முடியாது.

பெரிய படிப்பாளி என்று பெயரெடுத்த மாணவன்கூட கிரிக்கெட் மேட்ச் என்றால் அதைப் பார்க்க உட்காருவான். இல்லையென்றால், மறுநாள் தன் நண்பர்களுடன் அதைப் பற்றிப் பேசுவான்.

சுந்தர் பிச்சையும் இதற்கு விதிவிலக்கல்ல. ஆனால் ஆரம்பகாலத்தில் சுந்தருக்கு கிரிக்கெட் பற்றிப் பேசுவதில் அவ்வளவு ஆர்வம் இல்லை. அவரது பாட்டி ரங்கநாயகி சொல்வதன் படி இவர்

சுந்தரைச் செல்லமாக ராஜேஷ் என்று அழைக்கிறார்) நேரத்தை வீணடிக்க சுந்தருக்குப் பிடிக்காதென்றாலும், சுந்தரும் அவரது தம்பி ஸ்ரீனிவாசனும் பள்ளி முடிந்து வந்ததும் வீட்டு வாசலில் கிரிக்கெட் விளையாடுவார்களாம். பின்னர் பள்ளி கிரிக்கெட் அணியின் கேப்டனாகவும் இருந்திருக்கிறார் சுந்தர் பிச்சை.

ஐஐடி காரக்பூரில், நேரு ஹாலில் உள்ள தன் நண்பர்களுடன் சேர்ந்து இரவெல்லாம் கிரிக்கெட்டைப் பற்றியோ, சமீபத்தில் நடந்த ஒரு மேட்சைப் பற்றியோ பேசிக் கொண்டிருப்பாராம் சுந்தர்.

சுந்தரைப் போலவே மைக்ரோசாஃப்டின் முதன்மை நிர்வாக அதிகாரியாகத் தேர்ந்தெடுக்கப்பட்ட நடேலாவும் கிரிக்கெட்டின் மேல் காதல் கொண்டவர்தான். அவருக்கு தலைமைப்பண்புகளை வளர்த்ததே அந்த விளையாட்டுதான் என்று சொல்வாராம்.

▼

மேல்தட்டு வர்க்கம் அல்ல/ திறமை, உழைப்பு, உயர்வு

'அமெரிக்காவின் இன்றைய புதிய வகை மேல்தட்டு வர்க்கம் எப்படி இருக்கிறது என்பதற்கு சுந்தர் பிச்சைதான் உருவகம்.'

- **வஜாஹத் காஸி**

வரலாற்று ரீதியாகவே எந்த ஒரு முக்கியமான நிகழ்வுக்கும் அடுத்து நிறைய பாராட்டுகளும், சில விமர்சனங்களும் இருக்கத்தான் செய்யும். கூகிளின் முதன்மை நிர்வாக அதிகாரியாக பிச்சை அறிவிக்கப்பட்டதையும் இதில் சேர்த்துக் கொள்ளலாம். அவருக்கு எதிராக எழுதப்பட்ட கட்டுரைகளுள் ஒன்று வஜாஹத் காஸி எழுதியது.

இந்தக் கட்டுரை பிச்சையை நேரடியாகத் தாக்கவில்லை என்றாலும் அதில் அவரை நோக்கியும், அமெரிக்காவில் வசிக்கும் சில புத்திசாலி இந்தியர்கள் பற்றியும் பல கருத்துகள் எழுதப்பட்டிருந்தன. கொஞ்சம் குழப்பமான இந்தக் கட்டுரையில் காஸி அமெரிக்காவின் புதிய மேல்தட்டு வர்க்கத்தைப் பற்றி குறிப்பிடுகிறார். வேலைக்குச் செல்லும் வெள்ளை அமெரிக்கர்களுக்கு எப்படி இவர்கள் அச்சத்தை ஏற்படுத்துகிறார்கள் என்று குறிப்பிடுகிறார். ஃபர்ஸ்ட்போஸ்டு.காம் இணையதளத்தில் காஸி எழுதிய இந்தக் கட்டுரையில் புலம் பெயர்ந்து வருபவர்களுக்கு முக்கியமாக இந்தியர்களுக்கு கல்வியிலும், வேலைவாய்ப்புகளிலும் கிடைக்கும் வழிகாட்டுதல் அமெரிக்கர்களுக்குக் கிடைப்பதில்லை என்கிறார். இவரது

கருத்துகளுக்கு ஒரு சிலரைத் தவிர மற்ற எல்லாருமே ஆச்சர்யம் காட்டத்தான் செய்வார்கள்.

உதாரணமாக கல்வி, வாய்ப்புகள், வழிகாட்டுதல் இவற்றைப் பொறுத்தவரை அமெரிக்கா போன்ற சில நாடுகளில் மட்டும்தான் இவை சாத்தியமாகி இருக்கின்றன. வளரும் நாடுகளில் இருப்பவர்களுக்கு அப்படியெல்லாம் எந்த நன்மையும் நடப்பதில்லை.

ஆனால் காஸி தன்னுடைய கட்டுரையிலேயே தன்னையும் மீறி ஒரு விஷயத்தை ஒப்புக் கொள்கிறார். இப்படி அமெரிக்காவுக்கு வந்த இந்த மேல்தட்டு வர்க்கத்தினர் எல்லாருமே திறமையின் அடிப்படையில்தான் வெற்றிகளைப் பெற்றிருக்கிறார்கள் என்று அவர் சொன்ன விஷயமே பிச்சையின் திறமைக்கு ஒரு சான்றாக இருக்கும். கொஞ்சம் உழைப்பைக் கொடுத்து பிச்சையின் கடந்தகாலத்தை காஸி ஆராய்ந்திருந்தால் அவருக்கு ஒரு விஷயம் புரிந்திருக்கும். தன் வாழ்வில் தனக்குக் கிடைக்காத விஷயங்கள் எதுவும் தன் வெற்றியைத் தடுக்க முடியாது என்று பிச்சை உழைத்திருப்பதை புரிந்திருப்பார்.

அதிகமான போட்டியாளர்களையும், குறைவான வாய்ப்புகளையும் கொண்ட ஒரு தேசத்தில் இருந்து மிகச் சிறந்தவர்களோடு போட்டி போட்டு இங்கு வந்திருக்கிறார் சுந்தர் என்று தெரிந்திருக்கும். 1993ல் அமெரிக்காவின் ஸ்டான்ஃபோர்டுக்கு படிக்க வந்த பிச்சையிடம் ஒரு புத்தகப் பை வாங்கக்கூட காசு இல்லை. அதன் விலை 60 டாலர் என்று அறிந்தபோது அதிர்ந்துபோனார் பிச்சை. காஸி தன் கட்டுரையில் கூறும் மேல்தட்டு வர்க்கம் கண்டிப்பாக அந்த பிச்சை இல்லை. சுந்தருக்கு விமான டிக்கெட் வாங்கவே அவரது அப்பா தனது சேமிப்பைக் கரைக்க வேண்டியிருந்தது என்று காஸிக்குத் தெரிந்திருக்கவில்லை.

அதற்கு நேர்மாறாக, சுந்தர் ஒரு திறமையான உலகக் குடிமகனுக்கு உருவகமாக இருக்கிறார்; இந்தியாவுக்கு மட்டுமல்ல தனது திறமைகளை வெளிப்படுத்த உதவிய அமெரிக்காவுக்கும் பெருமை தேடித் தருபவராக இருக்கிறார்.

▼

கூகிளுக்குக் கொஞ்சம் முன்னால்

‘எங்கள் வாடிக்கையாளர்களை தனித்துவப்படுத்தி, கடைசி வரை எங்களோடு பயணிக்க வைத்து, அவர்களது திறமைகளை அதிகப்படுத்தி, அதன் மூலம் புதிய, திறனுள்ள மக்களை ஈர்ப்பதுதான் எங்கள் லட்சியம்’

- மெக்கின்ஸி

1926ம் வருடம் ஜேம்ஸ் மெக்கின்ஸி என்பவரால் மேலாண்மைத் துறையில் கணக்கியல் துறையின் கொள்கைகளை புகுத்திப்பார்க்க உருவாக்கப்பட்டது மெக்கின்ஸி நிறுவனம்.

இன்று கேலியன் ஊழல் பிரச்னை நீங்கலாக, உலகின் முக்கியமான மேலாண்மை ஆலோசனை நிறுவனங்களுள் ஒன்றாக இருக்கிறது மெக்கின்ஸி. 2001ம் வருடம் சுந்தர் மெக்கின்ஸியில் சேர்ந்தார். அந்தச் சமயத்தில் மெக்கின்ஸியின் உலகளாவிய செயல்பாடுகளைக் கவனித்துக் கொண்டிருந்தவர் ரஜத் குப்தா. இவர் அந்தப் பதவியில் அமர்ந்த முதல் வெளிநாட்டவர். 2003ல் ரஜத் குப்தாவுக்கு பதில் அந்தப் பதவிக்கு வந்தவர் அயன் டேவிஸ். 2004ல் கூகிளுக்குச் செல்வதற்கு முன்னால் சுந்தர் இந்த நிறுவனத்தில்தான் மூன்று வருடங்கள் வேலை செய்து வந்தார்.

மெக்கின்ஸியில் வேலை பார்க்கும்போதுதான் வார்ட்டன் வணிகக் கல்வி நிறுவனத்தில் எம்பிஏ படித்தார் சுந்தர். அப்ளைடு மெட்டீரியல்ஸ் சுந்தருக்கு குறைகடத்திகளின் நுணுக்கங்களை சொல்லிக் கொடுத்தது. அவருடைய மேலாண்மைத் திறனை வளர்க்க மெக்கின்ஸி உதவியது. ஆனால் அவருடைய தலைமைப் பண்பை விளக்க பொறியியல் படிப்பும், மேலாண்மைப் படிப்பும் சிறிய அளவில்தான் உதவும்.

இதற்கெல்லாம் நடுவே பெரும் அனுபவம் வாய்ந்த தலைவர்களுக்குக்கூட வாய்க்காத புத்திக்கூர்மையை சுந்தர் எங்கோ பெற்றிருக்கிறார். ஒருவேளை சென்னையில் இருந்து வந்த இந்த மனிதருக்கு அந்தத் திறன்கள் எப்போதும் உள்ளேயே இருந்திருக்கலாம். அதற்கான சுற்றுச்சூழல் கிடைத்ததும் இந்தத் திறன்கள் வளர்ந்திருக்கலாம். அந்த சுற்றுச்சூழலின் பெயர் தான் கூகிள்!

பகுதி 2

ஒரு நாயகன் உருவாகிறான்

"கூகிளை மறு உருவாக்கம் செய்வதிலும், ஆல்ஃபபெட்டை உருவாக்குவதிலும் முக்கியப் பங்கு சுந்தர் பிச்சைக்கு இருக்கிறது. சமீபகாலமாக பல சமயங்களில் நான் சொல்ல விரும்புவதையும், சில நேரம் அதை விடவும் மேன்மையான சில கருத்துகளை சுந்தர் சொல்லிக் கொண்டிருக்கிறார். நாங்கள் இருவரும் சேர்ந்து வேலை செய்வதை நான் ரசித்து அனுபவிக்கிறேன். சென்ற வருட அக்டோபரில் எங்களுடைய இணையத் தொழில் தொடர்பான ப்ராடெக்ட் மற்றும் எஞ்சினியரிங் பொறுப்பை அவர் ஏற்றதில் இருந்து முழுவதுமாக தன்னை இணைத்துக் கொண்டிருக்கிறார். அவருடைய முன்னேற்றத்தையும், நிறுவனத்தின் மேல் அவருக்கு இருக்கும் அர்ப்பணிப்பையும் பார்த்து நானும் செர்கெயும் உற்சாகமாகி இருக்கிறோம்"

- லாரி பேஜ்

மாறும் தொழில்நுட்பங்கள்

'என் கருத்துப்படி, இத்தனை காலமாக கண்டுபிடிக்கப்பட்டவற்றைவிட இந்த நூற்றாண்டில் கண்டுபிடிக்கப்படுபவை மிக முக்கியமானவை. இன்னும் அடுத்தடுத்து வரப்போகும் கண்டுபிடிப்புகளைப் பார்க்க இன்னொரு வாழ்க்கை வாழ ஆசைப்படுகிறேன்.

- சார்லஸ் ஹாலந்து டூயல்

▲ கூகிளை நிறுவிய லாரி பேஜ், செர்ஜி ப்ரின்

மிக அதிகமாக புகழ்பெற்ற, ஆனால் தவறாகக் குறிப்பிடப்பட்ட ஒரு மேற்கோள் சார்லஸ் டூயலுடையது. 1898ல் இருந்து 1901வரை அமெரிக்க காப்புரிமை மற்றும் முத்திரை அலுவலகத்தில் கமிஷனராகப் பணியாற்றியவர் டூயல். 'இனிமேல் கண்டுபிடிக்கப்பட இருக்கும் எல்லாமே ஏற்கெனவே கண்டுபிடிக்கப்பட்டு விட்டது' என்று டூயல் சொன்னதாக ஒரு மேற்கோள் தவறுதலாக பல வருடங்கள் சுற்றி வந்து கொண்டிருக்கிறது. ஆனால் உண்மையில் அவர் அந்த மேற்கோளைச் சொல்லவில்லை. அதற்கு முற்றிலும் முரண்பாடான ஒரு மேற்கோளைத்தான் (மேலே குறிப்பிடப்பட்டுள்ளது) 1902ம் வருடம் இவர் கூறினார். தொடர்ந்து பல உன்னதமான கண்டுபிடிப்புகளும் மாற்றங்களும் வர இருக்கின்றன என்பதை உணர்ந்தே இப்படி ஒரு விஷயத்தை அவர் சொன்னார். 1837ம் வருடம் 435 கண்டுபிடிப்புகள் காப்புரிமைக்காக வந்திருந்தன. அதுவே 1899ம் வருடத்தில் 25,527 ஆக உயர்ந்திருந்தன. உலகம் அப்போது கண்டுபிடிப்புகளால் நிரம்பி வழியும் புள்ளியில் இருக்கிறது என்றும் அந்தப் புதிய கண்டுபிடிப்புகள் எல்லாமே முந்தைய கண்டுபிடிப்புகளை ஆரம்பப் பள்ளி அறிவியல் பரிசோதனைகளைப்போல நினைக்க வைத்து விடும் என்றும் டூயலுக்குத் தெரிந்திருந்தது.

▼

வியக்க வைத்த 90கள்

டூயலின் தொலைநோக்குப் பார்வை தொடர்ந்து உண்மையாகிக் கொண்டே இருந்தது. உதாரணமாக, 1990களில் தொழில்நுட்பமும்,

அது மக்கள் மீது ஏற்படுத்திய தாக்கமும் முக்கியமானவை. 1993ல் மைக்ரோசாஃப்ட் விண்டோஸ் NTயை அறிமுகப்படுத்தியது. இது தொடர்ந்து விண்டோஸுக்கும், MS-DOS, எம்எஸ்-டாஸுக்கும் வழி வகுத்தது. ஆப்பிள் நிறுவனம் அவர்களுடைய நியூட்டன் திட்டத்தின் வாயிலாக பெர்சனல் டிஜிட்டல் அசிஸ்டெண்டைக் கொண்டு வந்தனர். இந்த இரண்டு நிறுவனங்களுமே பின்னாளில் கூகிளுக்கும், அதன் மூலமாக சுந்தர் பிச்சைக்கும் வலுவான போட்டியாளர்களாக இருந்து வருகின்றன.

1994ம் வருடம் வால்ஸ்ட்ரீட்டின் முக்கிய முதலீட்டு நிறுவனமான டிஈ ஷா (DE Shaw) நிறுவனத்தில் இருந்து விலகிய ஜெஃப் பேஸோஸ் என்பவர் தனியாக ஒரு நிறுவனத்தைத் தொடங்கினார். அதற்கு நான்கு வருடங்கள் முன்புதான் அந்த நிறுவனத்தின் துணைத்தலைவராகப் பதவி ஏற்றார் ஜெஃப். அந்தச் சமயம் வரைக்கும் அந்த நிறுவனத்தின் மிகக் குறைந்த வயது துணைத் தலைவர் ஜெஃப் தான். ஜெஃப் பேஸோஸை இழந்த அந்த நிறுவனத்தின் நஷ்டம் உலகுக்கு லாபமாகக் கிடைத்தது. ஜெஃப் பேஸோஸ் உருவாக்கிய நிறுவனம்தான் அமேஸான் டாட் காம். இணையம் தனக்குக் கொடுத்த ஒரு வாய்ப்பைப் பெரிதாக்க விரும்பிய பேஸோஸ், உலகின் மிகப் பெரிய நதியான அமேஸானின் பெயரை நிறுவனத்துக்குச் சூட்டினார். உலகின் மிகப்பெரிய இணைய அங்காடியாகவும், தனித்துவம் பெற்றதாகவும், கவர்ச்சியானதாகவும் அமேஸான் இருக்கவேண்டும் என்று அவர் விரும்பினார். 1997ல் லாரி பேஜும், செர்கெய் ப்ரின்னும் கூகிள் டாட் காமைப் பதிவு செய்தனர். அதே வருடத்தில் நாஸ்டாக்கில் வெறும் 18 டாலருக்கு தன் நிறுவனத்தின் பங்குகளை அறிமுகம் செய்தார் ஜெஃப் பேஸோஸ். இன்று கூகிள் நிறுவனத்துக்கும்,

From Computer Desktop Encyclopedia
Reproduced with permission.
© 2004 National Center for Supercomputing Applications

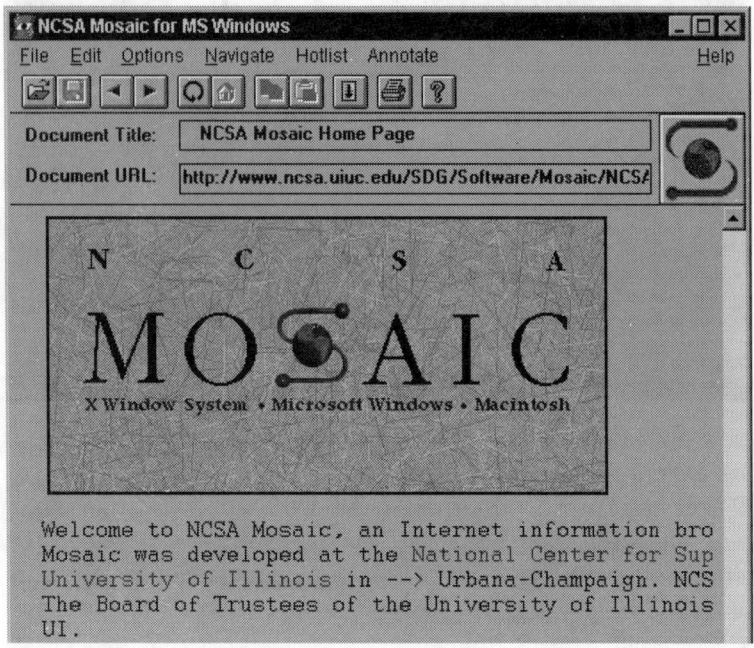

சுந்தர் பிச்சைக்கும் 'க்ளவுட் கம்ப்யூட்டிங் சர்வீஸ்'களில்' முக்கிய போட்டியாளராக இருக்கிறது அமேஸான்.

1991ம் வருடம் ஆகஸ்டு மாதம் இணையம் மக்கள் பயன்பாட்டுக்கு வந்தது. ஐரோப்பிய அணு ஆய்வு மையமான செர்னில் 1980களில் டிம் பார்னர்ஸ் லீ செய்த ஆய்வுதான் இதற்கு அடிப்படை என்றாலும் அதை மேன்மைப்படுத்தியது அங்கிருந்து அவர் வெளியேறிய பிறகுதான். 1990ல் நெக்ஸ்ட் நிறுவனக் கணிப்பொறியில்தான் (ஆப்பிளில் இருந்து 1980களின் நடுவே வெளியேறிய ஸ்டீவ் ஜாப்ஸ் நெக்ஸ்டு நிறுவனத்தை உருவாக்கிக் கணிப்பொறிகளை வடிவமைத்துக் கொண்டிருந்தார்) டிம் பார்னர்ஸ் லீ இணையத்தை உருவாக்கினார். 1993ல் செர்ன் இணையத்தை யார் வேண்டுமானாலும் பயன்படுத்திக்கொள்ளலாம் என அறிவித்தது.

கிராபிக்கல் வெப் ப்ரவுஸர்களில் முதலில் பிரபலமடைந்த மொஸைக், உலகின் முதல் வணிக ப்ரவுஸரான நெட்ஸ்கேப் நேவிகேட்டருக்கு முன்னோடியாக இருந்தது. அதே நேரம் மைக்ரோசாஃப்ட் எக்ஸ்ப்ளோரரும் மொஸைக்கின் தொழில்நுட்பத்தை முன்மாதிரியாகக் கொண்டே உருவானது. இதற்குப் பல ஆண்டுகள் கழித்து அப்போது முதல் இடத்தில்

2001: Wikipedia
WIKIPEDIA
WIKIPEDIA
Foundation–late 2001
2000: Nupedia - articles written by experts licensed as free content founded by Jimmy Wales with Larry Sanger (editor-in-chief)
2001: Wikipedia - a side-project of Nupedia, to allow collaboration on articles prior to entering the peer-review process
Articles: 19,700 (2002), 3,835,000 (2012), 4,157,698 (2013)
Wiki pages: 29,355,491 (2013)

இருந்த எக்ஸ்ப்ளோரரை வீழ்த்தி அனைவருக்கும் பிடித்தமான ப்ரவுஸராக க்ரோமை உருவாக்கினார்.

*1997*ம் வருடம் லாரியும் செர்கெயும் கூகிள் டாட் காமை ஒரு டொமைனாகப் பதிவு செய்தனர். Googol என்ற ஆங்கில வார்த்தையில் இருந்து எடுக்கப்பட்ட பெயர் அது. அது ஒரு எண்ணின் பெயர். ஒன்றுக்குப் பின்னால் நூறு ஜீரோக்களைக் கொண்ட ஓர் எண்ணின் பெயர். இதுபோல எண்ணற்ற எண்ணிக்கையிலான தகவல்களைக் கூகிள் தரவேண்டும் என்ற எண்ணத்தில் சூட்டப்பட்ட பெயர் அது.

தகவல் தொழில் நுட்பம் 2000

2004ம் ஆண்டு சுந்தர் பிச்சைக்கும் கூகிளுக்கும் முக்கியமான ஆண்டு. அது மட்டுமல்ல, இந்தப் புத்தாயிரத்தின் முதல் பத்து ஆண்டுகள் தொழில்நுட்பத் துறையின் முக்கியமான ஆண்டுகள் என்றும் சொல்லலாம்.

ஆனால் ஆரம்பம் என்னவோ அவ்வளவு பிரமாதமாக ஆரம்பிக்கவில்லை. மார்ச் *2000*த்தில் நாஸ்டாக்கில் டாட்காம் பங்குகள் *5,132* ஆக சரிவடைந்தன. அதற்குச் சில நாட்களில் கிட்டத்தட்ட *5* டிரில்லியன் டாலருக்கும் (கிட்டத்தட்ட *5* லட்சம் கோடி டாலர்) நஷ்டம் ஏற்பட்டு நூற்றுக்கணக்கான புதிய தொழில்கள் மூடப்பட்டன.

2001ல் விக்கிபீடியா தொடங்கப்பட்டது. அதற்கு முன் இணையத்தில் இருந்த ஒரே கலைக்களஞ்சியத்தின் பெயர் நியூபீடியா. ஜிம்மி வேல்ஸ், டிம் ஷெல் மற்றும் மைக்கேல் டேவிஸ் என்ற மூவர் தொடங்கிய பொமிஸ் என்ற இணைய விளம்பர நிறுவனத்தின் மூலமாக ஆரம்பிக்கப்பட்டது. இதன் தலைமை ஆசிரியராக இருந்த லாரி சாங்கர், வேல்ஸையும் நியூபீடியாவின் இன்னும் சிலரையும் விக்கிபீடியா என்ற புதிய கலைக் களஞ்சியத்தை நியூபீடியாவுக்கு விஷயங்கள் கொடுக்கப் பயன்படுத்திக் கொள்ளலாம் என்றார். ஒரே ஒரு வித்தியாசம்தான் நியூபிடியாவில். அங்கீகரிக்கப்பட்ட எழுத்தாளர்கள் மட்டுமே எழுதி அவற்றை அங்கீகரிக்கப்பட்ட ஆசிரியர்கள் மட்டுமே உள்ளடக்கத்தை சரிபார்ப்பார்கள். ஆனால் விக்கிபீடியாவில் தகவல் கொடுப்பவரே அதைச் சரிபார்த்துக் கொள்ள வேண்டும். அடுத்த இரண்டு வருடங்களில் நியூபீடியாவை விக்கிப்பீடியா தாண்டிச் சென்றது. இன்று ஒரு மாதத்தில் அதை வாசிப்பவர்கள் எண்ணிக்கை 50 கோடியைத் தாண்டும். இதனால் உலகின் ஏழாவது புகழ்பெற்ற இணையத்தளமாக இருக்கிறது இது.

2000த்துக்குப் பிறகு தரவுகளைச் சுருக்குவதில் நிறைய முன்னேற்றம் ஏற்பட ஆரம்பித்தது. இதனால் முன்பைவிட மிகக் குறைந்த பைட்களுக்குள் (byte) தரவுகளை அடக்கிவிட முடிந்தது. தேவையற்ற தகவல்களையோ அல்லது தேவைக்கு அதிகமான தகவல்களை நீக்கியோ, தரவுகளைச் சுருக்க முடிந்தது. இந்தச் செயல் டேட்டா கம்ப்ரெஷன் என்று அழைக்கப்பட்டது. தகவல் அனுப்பப்படும்போது, அதனை சோர்ஸ் கோடிங் என்று அழைத்தார்கள். ஒரு தரவு அனுப்பப்படுவதற்கோ அல்லது சேமிக்கப்படுவதற்கோ முன்பு அது என்கோடிங் செய்யப்படுவதைத்தான் சோர்ஸ் கோடிங் என்றார்கள். இந்த முன்னேற்றம் இசைத்துறையில் பெரும் புரட்சியை ஏற்படுத்தி, டிஜிட்டல் இசைக்கருவிகளின் விற்பனையை அதிகரித்தது.

எம்பி3 பிளேயர்கள், 2001 நவம்பரில் அறிமுகப்படுத்தப்பட்ட ஆப்பிள் ஐபாட் போன்றவை முக்கியமானவை. அதன் சேமிக்கும் திறன் மற்றும் எளிதான பயன்பாட்டுமுறை ஐபாடுக்கு உடனடி வெற்றியைக் கொடுத்தது. ஐடியூன்ஸ் பாடல்களை ஆப்பிள் அறிமுகம் செய்தது. லட்சக்கணக்கானோர் அதிலிருந்து பாடல் இறக்குமதி செய்ய ஆரம்பித்ததும் ஆப்பிளின் செல்வமும் உயர்ந்தது. 2005ல் உலகின் ஒட்டுமொத்த இசை விற்பனையில் ஆறு சதவிகிதம் ஆன்லைன் மூலம் நடந்தது.

கொஞ்சம் கொஞ்சமாக இந்தச் சேவைகள் எல்லாம் ஸ்மார்ட்ஃபோன்களிலும், ஸோனி நிறுவனத்தின் போர்ட்டபிள்

▲ ஸ்டீவ் ஜாப்ஸ்

ப்ளேஸ்டேஷன்களிலும் கொண்டு வரப்பட்டது. பல டிஜிட்டல் பயன்பாடுகளுக்கான பாதையை டேட்டா கம்ப்ரெஷன் உருவாக்கிக் கொடுத்தது. இதனால் ஆப்பிள், கூகிள், மைக்ரோசாஃப்ட், அமேஸான் போன்ற பல நிறுவனங்களுக்கு வணிகமும் வாய்ப்புகளும் பரந்து விரிந்தன.

2000த்தின் ஆரம்பத்தில் இணையப் பக்கங்களுக்கும், ஆன்லைன் விளையாட்டுகளுக்கும் ஃப்ளாஷ் பயன்படுத்தப்பட்டது. ஃப்ளாஷில் செய்யப்பட்ட மாற்றங்கள் வீடியோ கருவிகளை உருவாக்க வகை செய்தன. 2005ல் யூடியூப் வீடியோ தரவுகளை கம்ப்ரெஸ் செய்ய ஃப்ளாஷை பயன்படுத்தியது. 2007ல் ஆப்பிளின் ஐபாட், ஐஃபோன் போன்றவற்றில் பயன்படுத்தும் ஹெச்டிஎம்எல்லைக் கொண்டு வந்தது. ஆனால் இதை ஃப்ளாஷ் ப்ளேயர்களில் பயன்படுத்த முடியாது. அக்டோபர் 2006ல் 1.65 பில்லியன் டாலர்களுக்கு யூடியூபை மொத்தமாக கூகிள் வாங்கியது. யாஹூவும் இதற்கு போட்டி போட்டது என்றொரு வதந்தியும் உண்டு.

ஆபரேட்டிங் சிஸ்டமை பொறுத்தவரை மைக்ரோசாஃப்ட் விண்டோஸ் எக்ஸ்பியும், மைக்ரோசாஃப்ட் ஆபிஸ் 2003ம் தரமானவை என்று பெயரெடுத்திருந்தன. ப்ரவுஸர்களைப் பொறுத்தவரை மைக்ரோசாஃப்ட் இண்டர்நெட் எக்ஸ்ப்ளோரரர்தான் கோலோச்சிக் கொண்டிருந்தது. இருந்தாலும், மொஸில்லா நிறுவனத்தின் ஃபயர்ஃபாக்ஸ் உலகின் பல இடங்களில் தனக்கெனத் தனியிடத்தைப் பிடித்திருந்தது. ஆனால் இப்படியே மைக்ரோசாஃப்ட் இண்டர்நெட் எக்ஸ்ப்ளோரரரை நம்பி இருந்தால் கூகிளின் முக்கிய வருவாயான தேடல் தளத்தில் இழப்பு ஏற்படும் என்று சுந்தர் பிச்சை உணர்ந்தார். இதைப் பற்றி அடுத்து வரும் அத்தியாயங்களில் நீங்கள் வாசிக்கத்தான் போகிறீர்கள்.

ஆனால் இந்த உண்மைதான் பிச்சையையும், கூகிளின் மற்ற நிறுவனர்களையும் தங்களுக்கான ப்ரவுஸர் உருவாக்கத்தை

நோக்கிச் செலுத்தின. 2008 செப்டம்பர் மாதத்தில் கூகிள் க்ரோம் அறிமுகப்படுத்தப்பட்டது. அதன் ஆப்பரேட்டிங் மென்பொருள் ஜூலை 2009ல் அறிமுகப்படுத்தப்பட்டது. அதன் அப்ளிகேஷன்களும், பயனர் தகவல்களும் க்ளவுடில் சேமிக்கப்பட்டன. இதன்மூலம், நாம் கணிப்பொறியை இயக்க ஆரம்பித்த சில நொடிகளில் இணையம் பயன்பாட்டுக்கு வந்துவிடும்.

சரியாக இதே சமயத்தில் உலகம் முழுக்க இணையத்தை ப்ராட்பேண்ட் மூலம் பயன்படுத்துவோரின் எண்ணிக்கை அதிகரித்திருந்தது. 2000த்தில் அமெரிக்காவில் வெறும் ஆறு சதவிகிதத்தினர்தான் இணையத்தைப் பயன்படுத்திக் கொண்டிருந்தனர். 2010ல் கிட்டத்தட்ட எண்பது சதவிகிதத்துக்கும் அதிகமானோர் பயன்படுத்த ஆரம்பித்திருந்தனர். நல்ல தரமான இணைய அனுபவத்துக்கு ப்ராட்பேண்டு பயன்படுத்துவது தேவையான விஷயமாக மாறிவிட்டிருந்தது. இணையத்தின் மூலமான சேவைகளை அளிக்க விரும்புவோருக்கும் இது தாக்கத்தை ஏற்படுத்தியது. இணையத் தேடல் மூலம் வருவாய் ஈட்டிக் கொண்டிருந்த கூகிள் இதை அசட்டையாக விட முடியவில்லை. மைக்ரோசாஃப்ட், அமேஸானுக்கும் இதே நிலைதான்.

இன்னொரு முக்கியமான விஷயம், ப்ராட்பேண்டின் வேகம்.

1990களில் டயல் அப் கனெக்ஷன்கள் மட்டுமே இணையத் தேவையைத் தீர்த்து வைத்தன. ஆனால் 2000த்துக்குப் பிறகு ப்ராட்பேண்டு எல்லோருடைய விருப்பமாகவும் மாறியது. வளர்ந்த நாடுகளில் இந்தப் போக்கு ஆரம்பித்தாலும், விரைவிலேயே பல நாடுகளாலும் ஏற்றுக்கொள்ளப்பட்டது.

ப்ராட்பேண்டுக்குத் தேவையான வேகம் நொடிக்கு 4 Mbi. அதாவது, நொடிக்கு 4 மில்லியன் பிட். 2014ம் வருடத்தில் உலகம் முழுக்க சராசரி வேகம் என்பது நொடிக்கு 4.6 மில்லியன் பிட் ஆக இருக்கிறது. அமெரிக்காவில் வேகம் நொடிக்கு 11.4 மில்லியன் பிட் ஆக இருந்தாலும் தென்கொரியாவில் நொடிக்கு 24.6 மில்லியன் பிட்டும், ஹாங்காங்கில் நொடிக்கு 15.6 மில்லியன் பிட் ஆகவும் இருப்பதால் இந்த இரண்டும்தான் உலக அளவில் முதல் இடத்தில் இருக்கின்றன. ஐக்கிய அரபு நாடுகள் 4.6 மில்லியன் பிட் வேகத்திலும், உருகுவே 5.6 மில்லியன் பிட் வேகத்திலும் ப்ராட்பேண்ட் சேவையை அளிக்கின்றன. ஒவ்வொரு வருடமும் 25ல் இருந்து ஐம்பது சதவிகிதம்வரை இவை வளர்ச்சியடைவதை எல்லா நாடுகளுமே உணருகின்றன. இவை இணைய வணிகத்தில் என்ன விதமான தாக்கத்தை ஏற்படுத்துகின்றன என்பதை யாரும் கவனிக்காமல் இருக்க முடியாது. இதன் மூலம் உலகின் எந்த

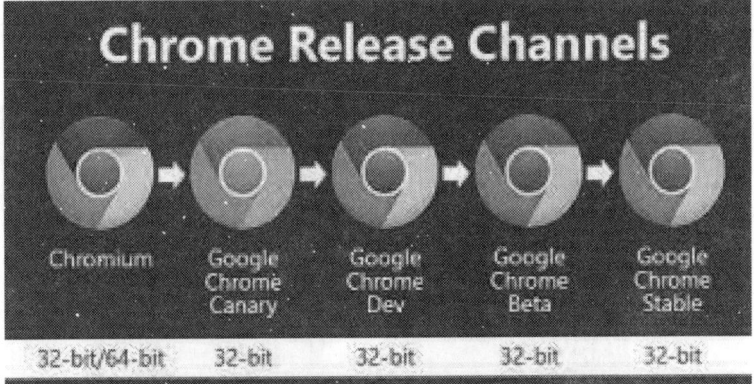

மூலையில் இருப்பவருக்கும், என்ன மாதிரியான பொருளாதார வசதியைச் சேர்ந்தவருக்கும் இணைய சேவைகளை வழங்க கூகிளுக்கும், சுந்தர் பிச்சைக்கும் இது உதவவே செய்யும். ஒரு கணிப்பொறியையோ, மடிக்கணிணியையோ அல்லது ஒரு ஸ்மார்ட்போனையோ வைத்திருக்கும் ஒருவர், வளர்ந்த நாட்டில் உள்ள ஒரு கோடீஸ்வரரோ அல்லது ஒரு ஹார்வர்டு பேராசிரியரோ இணையத்தில் பார்க்கும் அதே விஷயங்களை பார்த்துக் கொள்ள முடியும்.

2003ம் வருடம் நடந்த ஒரு நிகழ்வு மனிதர்கள் பரஸ்பரம் தொடர்புகொள்ளும் விதத்தையே மாற்றியமைத்தது. சமூக வலைத்தளங்களின் தொடக்கம்தான் அந்த நிகழ்வு. க்ரிஸ்டி வுல்ஃப் மற்றும் டாம் ஆண்டர்சன் இருவரும் சேர்ந்து ஆரம்பித்த மைஸ்பேஸ் டாட் காம் தான் உலகின் மிகப்பெரிய சமூக வலைத்தளமாக இருந்தது 2008ல் ஃபேஸ்புக் அந்த இடத்தை பிடிக்கும் வரை.

மைஸ்பேஸ் டாட் காம் தொடங்கிய சில மாதங்களில், அதாவது, ஜனவரி 2004ல் கூகிள் ஆர்குட்டை அறிமுகப்படுத்தியது. அதை உருவாக்கிய ஆர்குட் பையூகோக்டேன் அப்போது கூகிளில் வேலை பார்த்துக் கொண்டிருந்தார். அவரது பெயர்தான் அந்த வலைத்தளத்துக்கு வைக்கப்பட்டது. ஆர்குட் உலகின்

▲ ஆர்குட் பையூகோக்டேன்

▲ க்ரிஸ் டி வுல்ஃப் மற்றும் டாம் ஆண்டர்சன்

கவனத்தைக் கவர்ந்தது. அமெரிக்கா, ஜப்பான், பிரேசில் மற்றும் இந்தியாவில் மிகவும் பிரபலமான வலைத்தளமாக இருந்தது. அதற்கு ஒரு மாதம் கழித்து மார்க் ஸக்கர்பெர்க்கால் அறிமுகப்படுத்தப்பட்ட ஃபேஸ்புக் சீக்கிரமே ஆர்குட்டை பின்னுக்குத் தள்ளியது.

2015ல் ஈபே, அமேஸான் போன்ற நிறுவனங்களைப் பின்னுக்குத் தள்ளியது ஃபேஸ்புக். கூகிள், மைக்ரோசாஃப்ட் மற்றும் ஆப்பிளுக்கு அடுத்து நான்காவது இடத்தில் ஃபேஸ்புக் வந்தது. S&P Indexபடி 250 பில்லியன் டாலர் சந்தை மதிப்பை மிக வேகமாக எட்டிய நிறுவனமும் இதுதான். 2006ல் அறிமுகப்படுத்தப்பட்ட ட்விட்டர் உடனடியாகத் தகவல்களைப் பரிமாறிக் கொள்ள உதவும் ஒரு தளமாக, இன்று அதிகம் பேர் பயன்படுத்தும் ஒரு தளமாக மாறி இருக்கிறது.

இவான் வில்லியம்ஸ், ஜாக் டார்ஸி, நோவா கிளாஸ் மற்றும் பிஸ் ஸ்டோன் ஆகியோரால் அறிமுகப்படுத்தப்பட்ட இந்தத் தளம் இன்று உலகம் முழுக்க உள்ள இணையப் பயன்பாட்டாளர்கள் சென்று பார்க்கும் முதல் பத்து தளங்களுக்குள் ஒன்றாக இருக்கிறது. லிங்க்டுஇன், பிண்ட்ரெஸ்ட், டம்ப்ள்ர் மற்றும் ஃப்ளிக்கர் ஆகியவை சமூக வலைத்தளங்களுக்கான வடிவமைப்பை உருவாக்குவதில் உதவி புரிந்த மற்ற வலைத்தளங்கள். இந்த வலைத்தளங்கள் விளம்பரதாரர்களுக்கு, மக்களை ஈர்க்கும் ஒரு முக்கியக் கலனாக இருப்பதால் விளம்பர வருவாயும் அதிகரிக்கிறது. இதனால்

▲ மார்க் சுக்கர்பெர்க், பியர் ஓமிட்யார், ஜெஃப் பெஜாஸ்

ஃபேஸ்புக், ட்விட்டர் போன்றவை கூகிளுடன் விளம்பர வருவாயில் போட்டி போடுகின்றன என்பதும் மிகையல்ல. இன்று தொழில்நுட்ப நிறுவனங்களோடு, தொழில்நுட்பம் சாராத தொழிலில் இருக்கும் நிறுவனங்களும் இந்தச் சமூக வலைத்தளங்களைத் தங்கள் விளம்பரங்களுக்காக நம்பியிருக்கின்றன.

2000த்துக்குப் பிறகு நடந்த இன்னும் சில விஷயங்களும் கூகிள் மற்றும் அது போன்ற மற்ற நிறுவனங்களிடம் பெரிய மாற்றத்தை ஏற்படுத்தி இருக்கின்றன. பரந்து கொண்டே இருக்கும் இந்த நிலப்பரப்பில் வாய்ப்புகளும் சவால்களும் எல்லாருக்கும் சமமாகவே பரவி இருக்கின்றன என்று சொல்லலாம். முன்பை விட இந்த விளையாட்டின் விதிகள் வேகமாக மாறிக்கொண்டே இருப்பதால், எந்த அணுகுமுறையும் வெகு காலத்துக்கு நீடிப்பதில்லை. தொடர்ந்து தங்களை மறு உருவாக்கம் செய்து கொண்டே இருக்கும் நிறுவனங்கள் மட்டும்தான் வெற்றியை நோக்கிச் செல்கின்றன.

தொடர்ந்து முன்னணியிலேயே இருக்கும் கூகிளின் வளர்ச்சி அதன் உள்ளே இருப்பவர்களைக்கூட ஆச்சரியத்தில்தான் வைத்திருக்கிறது. சுந்தர் பிச்சையின் கீழ் கூகிள் இதைச் செய்ய முடிகிறதா என்று பார்க்க வேண்டி இருக்கிறது.

மறுபடியும் கூகிளுக்கு வருவோம் / கூகிள் வளர்ந்த கதை

'எல்லாத் தடைகளையும், கவன மாற்றங்களையும் தாண்டுவதன் மூலம் ஒருவன் கண்டிப்பாகத் தான் செல்ல நினைக்கும் இடத்தை அடைந்து விடுவான்'

- கிறிஸ்டோஃபர் கொலம்பஸ்

அது 2004ம் வருடம். ஃபேஸ்புக்கும், ஆர்குட்டும் அறிமுகமாகி யிருந்தன. மெக்கின்ஸியில் இருந்து வெளியேறிய சுந்தர் பிச்சை, கூகிளின் பொருட்கள் மேலாண்மைப் பிரிவில் எண்ணற்ற மேனேஜர்களுள் ஒருவராக வேலையில் சேர்ந்தார். கொலம்பஸ் சொன்னது போல பல தடைகளையும் சோதனைகளையும் கடந்துதான் இந்த இடத்தை அடைந்திருக்கிறார் சுந்தர் பிச்சை.

பிச்சை சேர்ந்த அதே சமயத்தில்தான் 2004 ஏப்ரல் 1ம் தேதியன்று ஒரு இலவச மின்னஞ்சல் சேவையை அதாவது gmailஐ அறிமுகம் செய்தது கூகிள். அன்று முட்டாள்கள் தினம் என்பதால் இப்படி ஒரு சேவை வருவதாகச் சொல்லி விளையாடுகிறார்களோ என்று கூட நினைத்தாராம் சுந்தர். ஆனால் விரைவிலேயே அவரது எண்ணத்தை மாற்றி, மற்ற மின்னஞ்சல் சேவைகளைப் பின்னுக்குத் தள்ளி முன்னால் வந்து கொண்டிருந்த ஜிமெயில்.

ஆரம்பத்தில் நிறுவனத்துக்குள் மட்டும்தான் பயன்படுத்தப்பட்டுக் கொண்டிருந்தது. அடுத்து பீட்டா வெர்ஷனில் மட்டும்தான் gmail இருந்தது. அதாவது வெளியாட்கள் ஒரு சிலர் மட்டுமே பயன்படுத்துவதாக இருந்தது. ஏற்கெனவே பயன்படுத்தும் ஒருவரது அழைப்பின் பேரில் மட்டுமே அதில் புதிதாக ஒரு கணக்கைத் தொடங்கிப் பயன்படுத்த முடிவதாகத்தான் 2004ல் அறிமுகப்படுத்தப்பட்டது.

மூன்று வருடங்கள் கழித்து பிப்ரவரி 2007க்குப் பிறகுதான் பொதுமக்கள் பயன்பாட்டுக்கு வந்தது. யாஹூ, ஹாட்மெய்ல் போன்றவர்கள் குறைவான சேமிப்பிடத்தைக் கொடுத்துக் கொண்டிருந்த சமயத்தில், 1 GB சேமிப்பு இடத்தைக் கொடுத்தது ஜீமெயில். இதன் மூலம் அனைத்துப் போட்டியாளர்களையுமே வாடிக்கையாளர்களுக்கு அதிக சேமிப்பு இடம் கொடுக்க கட்டாயப்படுத்தியது என்று சொல்லலாம். இதனால் தங்களுடைய சிறப்பு வாடிக்கையாளர்களுக்கு மட்டும் ஹாட்மெயில் 2 GBயும், யாஹூ 1 GBயும் சேமிப்பு இடம் தந்தார்கள். ஆனால் இந்த இரண்டு சேவைகளையும் பயன்படுத்திக் கொண்டிருந்த பெரும்பாலான வாடிக்கையாளர்கள் வெறும் 100ல் இருந்து 250 MB இலவச சேமிப்போடு திருப்திப்பட்டுக் கொள்ள வேண்டி இருந்தது.

இலவச மின்னஞ்சல் சேவைக்குள் வந்த பிறகு சக போட்டியாளர்களை இந்தச் சேமிப்பு விஷயத்தில் மட்டும் மாற்றம் செய்ய வைக்கவில்லை GMAIL. யாஹூவும், ஹாட்மெயில் தங்கள் மின்னஞ்சல் சேவையை இன்னும் மேம்படுத்த வைத்தது.

இப்போது GMAIL இருக்கும் விதமே சரியானது என்று பலர் நினைத்தாலும் வெகு சிலர் அதன் interfaceஐ கொஞ்சம் மாற்றங்கள் செய்ய வேண்டும் என்று நினைக்கிறார்கள்.

2014ம் வருடம் எடுத்த ஒரு சர்வேயின்படி அமெரிக்காவில் நடுத்தர அளவு நிறுவனங்களில் வேலை பார்க்கும் 60 சதவிகிதம் பேர் GMAIL பயன்படுத்துபவர்களாக இருக்கிறார்கள். அதே வருடத்தில் தங்கள் ஆண்டிராய்டு மொபைல்களில் ஒரு பில்லியனுக்கும் அதிகமான பேர் GMAILஐ நிறுவினர்.

ஆரம்பத்தில் இருந்தே GMAIL கூகிள் நிறுவனத்தின் ஒரு முக்கிய தயாரிப்பாகத்தான் இருந்தது. செர்கெய் பிரின்னும், லாரி பேஜூம் தங்கள் எல்லாத் தயாரிப்புகளையுமே பெருமையாகத்தான் சொல்வார்கள். தேடுபொறி அதில் முக்கியமானது. ஆனால் GMAIL மிகச் சிறந்தது என்று எல்லாத் தொழிலாளர்களுமே நம்பினார்கள். முதலில் கூகிள் தொழிலாளர்கள் மட்டுமே பயன்படுத்தினர். அடுத்து சில நூறு தேர்ந்தெடுக்கப்பட்டவர்களுக்கு மட்டும் இந்தச் சேவை

வழங்கப்பட்டது. அவர்கள் திருப்தியடைந்தாகச் சொல்லவும், அவர்களுக்குத் தெரிந்தவர்களுக்கு அழைப்பு அனுப்பிக்கொள்ள அனுமதிக்கப்பட்டது. இப்படி மிகக் குறைவானவர்கள் மட்டுமே பயன்படுத்தியதால் அதன் மேல் உலகத்துக்கு ஈர்ப்பு அதிகமாகியது என்பதே உண்மை.

இன்னொரு முக்கியமான விஷயத்தையும் இங்கே குறிப்பிட்டே ஆக வேண்டும். கூகிளின் வெற்றியைப் பற்றி அறிந்தவர்களுக்கு, ஆரம்பத்தில் இருந்தே அதனைப் பின்தொடர்பவர்களுக்கு ஒரு விஷயம் நன்றாகத் தெரியும் தேடுபொறி சேவை அளித்துக் கொண்டிருந்தவர்களில், கூகிள் மட்டும்தான் விளம்பரங்களுக்குப் பின்னால் போகவில்லை. அர்த்தமில்லாத வெற்று விளம்பரங்களை அவர்கள் தவிர்த்தார்கள். அதேபோல் பணம் கொடுத்ததால் மட்டும் ஒரு விளம்பரதாரர் தன் விளம்பரத்தை எங்கு வேண்டுமானாலும் போட்டுக் கொள்ளலாம் என்பதும் கூகிளுக்கு ஒவ்வாத ஒன்று.

overture நிறுவனத்தின் சின்னச் சின்ன எழுத்து விளம்பரங்களைப் போல தாங்களும் போடலாம் என்று முடிவெடுத்தபோது ஒரு முக்கியமான விஷயத்தைத் தவிர்த்தார்கள். 'பணம் கொடுத்தால் என்ன வேண்டுமானாலும் விளம்பரமாகப் போடலாம்' என்ற நெறியற்ற தன்மையை மொத்தமாக விலக்கினார்கள். அது ஒரு மந்திரத்தைப் போல வேலை செய்தது. டேனி சுலைவான் போன்ற இணைய நிபுணர்கள் கூகிளின் இந்தத் தைரியத்தையும், நியாயமான வணிக மாதிரியையும் மிகவும் புகழ்ந்தார்கள். பயன்படுத்தியவர்கள் கூகிளின் இந்தத் தன்மையை ரசித்தார்கள்.

கூகிள் தேவையற்ற விளம்பரங்களைப் போடுவதில்லை. அதேபோல் ஸ்பான்சர் என்று அறிவித்தே விளம்பரங்களை வெளி யிட்டன. அதுமட்டுமல்ல, ஒரு பயனர் தேடிக் கொண்டிருக்கும் விஷயம் சார்ந்த விளம்பரங்களை மட்டுமே இணைத்தார்கள். இதனால் கூகிளைப் பயன்படுத்தியவர்களுக்கு மிகவும் தேவையான தேடுபொறியாக இருந்தது அது. கூகிளுக்கு கோடிக்கணக்கான விளம்பர வருவாயை அது ஈட்டித் தந்தது.

இருந்தாலும், வாடிக்கையாளர்களுக்கான ஆர்வலர்களாக இருந்த கூகிள் GMAIL விஷயத்தில் ஒரு மிகப்பெரிய தவறு செய்தது. தேடுபொறியில் உள்ளது போலவே மின்னஞ்சலிலும் கொடுக்கப்படும் விளம்பரங்கள் அவர்களுக்குத் தேவையான விளம்பரங்களாக இருக்கும் என்று முடிவு செய்தார்கள். இதன் மூலமாக என்ன செய்யப் போகிறோம் என்பதை கூகிள் எஞ் சினியரிங் பிரிவுத் துணைத் தலைவராக இருந்த வேய்ன் ரோஸிங் மூலமாக அறிவித்தார்கள்.

‘எங்களுடைய விளம்பர இலக்கு தொடர்பான GMAIL பரிசோதனைகள் முடிவடைந்தன. கொஞ்சம் உள்ளடக்கத்தை ஆராய்ந்ததால் இந்தத் திட்டம் வேலை பார்க்கிறது” என்றார் ரோஸிங்.

இதனைக் கேட்டு யாஹூவும், ஹாட்மெயிலும் கொஞ்சம் பயந்தாலும், அரசியல்வாதிகளில் இருந்து பொதுமக்கள் வரை பலரும் கூகிளுக்கு எதிராகக் கொடி பிடித்தனர். மக்களுடைய அந்தரங்கத்தை கூகிள் பார்வையிடுகிறது என்று கோஷமிட்டார்கள். இளைய தலைமுறைக்கான ‘கெடுதல் செய்யாத’ பிம்பம் அழிந்து, ஒரு பெரியண்ணன் பிம்பம் சமீப காலமாக கூகிளுக்கு வந்துவிட்டது.

இருந்தாலும் இந்தக் குழப்பத்தைச் சீக்கிரமாகவே தீர்த்துவிட்டு வெளியே வந்தது கூகிள். தேடுபொறிக்கு அடுத்து ஒரு மிகப் பெரிய வெற்றியாக GMAIL அமைந்தது.

2004ல் சுந்தர் பிச்சை கூகிளுக்குள் நுழையும்போது அதன் தலைமை நிர்வாக அதிகாரியாக எரிக் ஷிமிட் இருந்தார். 2001ல் பேஜ் தலைமை நிர்வாக அதிகாரி பதவியில் இருந்து விலக வேண்டும் என்று முடிவெடுத்தபோது, அந்த சமயத்தில் நாவெல் நிறுவனத்தின் தலைமை நிர்வாக அதிகாரியாக இருந்த இவரை தங்கள் நிறுவனத்துக்கு அழைத்து வந்தார்கள் செர்கெய் ப்ரின்னும், லாரி பேஜும்.

கூகிளின் தயாரிப்புத் துறை மேனேஜர்களுள் ஒருவராகச் சேர்ந்த பிச்சைக்குத் தேடுபொறி, கூகிள் டூல்பார், கூகிள், டெஸ்க்டாப் தேடல் போன்றவை முக்கிய பொறுப்புகளாக இருந்தன. இது தொடர்ந்து மாற்றங்களை ஏற்படுத்த விரும்பும் அவரைப் போன்ற ஒருவருக்குப்

▲ எரிக் ஷிமிட்

போதுமானதாகத் தோன்றவில்லை. என்றாலும், அவர் அப்போது கூகிளின் நடுத்தர மேலாளர்களுள் ஒருவராகத்தான் இருந்தார். அதேபோல் அவருக்குக் கொடுக்கப்பட்ட வேலைகள் எதுவும் பெருமையாகப் பெற்றோருக்குக் கடிதம் எழுதுவது போலவோ, தன்னோடு படித்த சக மாணவர்களுக்குக் குறிப்பிடுவது போலவோ இருந்திருக்கவில்லை.

ஆனால் மற்றவர்கள் தடங்கல் என்று நினைப்பதை வாய்ப்பாக மாற்றும் விஷயம் சுந்தருக்குத் தெரியும். இதைத்தான் சராசரியாகத் தோற்றமளித்த கூகிளின் டூல்பாரில், மாற்றம் கொண்டு வரும்போது அவர் செய்தார். மேலே ஏற ஆரம்பித்தார்.

▼

சவாலே சமாளி

"பிரமாதமான வாய்ப்புகளுக்காகக் காத்திருக்காதீர்கள். சராசரியாகத் தோன்றும் விஷயங்களை எடுத்துப் பிரமாதமானதாக மாற்றுங்கள். பலவீனமானவர்கள் வாய்ப்புக் காகக் காத்திருப்பார்கள். வலிமையானவர்கள் வாய்ப்பை உருவாக்குவார்கள்'

- ஆரிஸான் ஸ்வெட் மார்டென்

கூகிள் அலுவலகத்தில் சேர்ந்த பல திறமையானவர்களுக்கு இதில் (கூகிளில்) சேர என்ன மாதிரியான காரணங்கள் இருந்தனவோ, அதே காரணங்கள்தான் பிச்சைக்கும் இருந்தது. சாதாரண மக்கள் பிரமாதமான விஷயங்கள் செய்ய தொழில்நுட்பம் அவர்களுக்கு உதவியாக இருக்க வேண்டும் என்ற எண்ணம்தான் சுந்தரை அந்த நிறுவனத்தை நோக்கி இழுத்து வந்திருக்க வேண்டும். ஆனால் அதையெல்லாம் அவர் தொடங்குவதற்கு முன் அதற்கு முற்றிலும் மாறுபட்டதொரு வேலையை அவர் செய்ய வேண்டியிருந்தது. உலகையே மாற்றக்கூடிய அல்லது மிக முக்கியமானதாக அது இல்லாவிட்டாலும் கூகிள் தொடர்ந்து இயங்குவதற்கு அது தேவையாக இருந்தது. கூகிள் டூல்பாரில் தன் முதல் வேலையை ஆரம்பித்தார் சுந்தர்.

கூகிள் டூல்பார் எந்த அளவுக்கு முக்கியம் என்றால் அது அறிமுகப்படுத்தப்பட்ட பிறகு அப்போது பிரபலமாக இருந்த இண்டர்நெட் எக்ஸ்ப்ளோரர், மொஸில்லா ஃபையர்பாக்ஸ் இரண்டு ப்ரவுஸர்களிலும் கூகிளை முதன்மைத் தேடல் எந்திரமாக அது மாற்றியது.

கூகிள் க்ரோம் ப்ரவுஸரை உருவாக்கியதில் பிச்சையின் பங்கும், மைக்ரோசாஃப்ட் அதற்குக் கோபமாக எதிர்வினையாற்றியதும் பிச்சையை வெளிச்சத்துக்குக் கொண்டு வந்தது. ஆரம்பத்தில் எரிக் ஷிமிட் இந்த ப்ரவுஸரை விரும்பவில்லை. ஏற்கெனவே சந்தையில் இருக்கும் ஒரு விஷயத்தை நாம் ஏன் மறுபடி உருவாக்க வேண்டும் என்று யோசித்தார் அவர். ஆனால் பிச்சை அதை வேறு கோணத்தில் பார்த்தார். ஏதாவது ஒருநாள் மைக்ரோசாஃப்ட் தங்கள் இண்டர்நெட் எக்ஸ்ப்ளோரர் ப்ரவுஸரில் கூகிளுக்கு பதில் தங்களுடைய தேடல் எந்திரம் ஒன்றைக் கொண்டு வந்து, அந்த இடத்தில் வைக்கும் என்று வாதம் செய்தார் பிச்சை.

இருவருக்குள்ளும் கருத்தொற்றுமை ஏற்படாததால் இந்த விஷயம் இழுத்துக் கொண்டே இருந்தது. பிச்சை அனைவரையும் சம்மதிக்க வைக்கும் வாய்ப்புக்காகக் காத்திருந்தார். ஒரு வழியாக ஏப்ரல் 2006ல் க்ரோம் திட்டத்துக்கு அங்கீகாரம் அளிக்கப்பட்டது. ஆனால் அது சீக்கிரமாக நடந்துவிட்டது எனச் சொல்ல முடியாது.

ஆறு மாதங்கள் கழித்து கூகிளின் குழுவுக்கு ஓர் அதிர்ச்சி கிடைத்தது. பில்கேட்ஸின் மைக்ரோசாஃப்ட் நிறுவனம் கூகிளுக்கோ அல்லது பயனர்களுக்கோ எந்த முன்னெச்சரிக்கையும் இல்லாமல் கூகிளின் உலகையே உலுக்கியது. அந்தத் தேதி 18 அக்டோபர் 2006. அன்றுதான் யாருக்கும் எந்தத் தகவலும் தெரிவிக்காமல் கூகிளை நீக்கி விட்டு ‘பிங்’ (BING) கை தங்களது தேடுபொறியாக மாற்றியது.

இந்தச் சம்பவம் எவ்வளவு முக்கியமானது என்று புரிந்து கொள்ள கூகிளுக்கு அந்த சமயத்தில் வருவாய் எப்படிக் கிடைத்தது என்று நாம் புரிந்து கொள்ள வேண்டும். மைக்ரோசாஃப்டின் ப்ரவுஸரான இண்டர்நெட் எக்ஸ்ப்ளோரரின் தேடுபொறியாகக் கூகிள் இருந்த சமயத்தில் லட்சக்கணக்கானோர் அதன் வாடிக்கையாளராக இருந்தனர். இந்தக் கூட்டம் கூகிளுக்குக் கோடிக்கணக்கான டாலர்களை அள்ளி வழங்கிக் கொண்டிருந்தது. ஃபயர்ஃபாக்ஸ் உள்ளிட்ட மற்ற ப்ரவுஸர்களில் கூகிள் முக்கியமான தேடுபொறியாக இருந்தாலும் அதன் 65 சதவிகிதப் பயனர்கள் இண்டர்நெட் எக்ஸ்ப்ளோரர் மூலமாகத்தான் வந்தார்கள்.

மைக்ரோசாஃப்ட் பிங்கை அதன் தேடல் எந்திரமாகக் கொண்டு வந்ததன் மூலம் கூகிள் கிட்டத்தட்ட 30 கோடி பயனர்களை இழக்க வேண்டி இருந்தது! இதைச் சிறிய பின்னடைவு என்றெல்லாம் சொல்லிவிட முடியாது. 'இனி நமக்கு வேலையே இல்லை' என்ற கொடுங்கனவில் இருந்து அவர்கள் விழித்து வர வேண்டும்.

அதிர்ஷ்டவசமாக கூகிளைப் பொறுத்தவரை சுந்தர் பிச்சை இதை முன்னமே உணர்ந்திருந்தார். தன்னுடைய குழுவுடன் சுந்தர் பிச்சை விரைந்து செயல்பட ஆரம்பித்தார். கிடைத்த விளைவு இரட்டை தந்திரங்களை உள்ளடக்கியது. இண்டர்நெட் எக்ஸ்ப்ளோரரில் இருந்த ஓர் அம்சத்தை வைத்து ஒரு பாப்அப் விண்டோவை அதன் வலைப் பக்கத்தில் உருவாக்கினார்கள். இதன்மூலம் பிங்கை தேடல் எந்திரமாக வைத்திருந்த பல பயனர்கள் மறுபடி கூகிளையே தங்கள் தேடுபொறியாக மாற்றிக் கொள்ள முடிந்தது. அப்போது மிகவும் உதவிகரமாக இருந்த ஒரு விஷயம் அது. இழந்த வாடிக்கையாளர்களில் கிட்டத்தட்ட 60 சதவிகிதம் பேர் கூகிளைப் பயன்படுத்த ஆரம்பித்தனர்.

ஆனால் இதன் மூலமாக மொத்த பிரச்னையும் தீர்ந்துவிடவில்லை. கிட்டத்தட்ட பத்து கோடிப் பேரைத் திரும்பப் பெற்றாக வேண்டும். அப்போதுதான் கூகிள் டூல்பார் முன்னால் வந்தது. இதில் இருந்த ஒரு தேடல் பெட்டி எப்போதும் கூகிளையே குறிப்பிட்டது. இதனால் கூகிள் டூல்பாரைத் தங்கள் கணிப்பொறியில் ஏற்றிய அத்தனை பயனர்களும் மறுபடி கூகிளுக்கே திரும்ப வந்தார்கள். அதேபோல பதிவக அமைப்புகளையும் இது ஆராய்ந்ததால் பயனர்கள் கூகிளைத் திரும்பவும் தங்கள் முதன்மைத் தேடுபொறியாக வைத்துக் கொண்டார்கள்.

பிச்சையும் அவரது குழுவும் கூகிளின் அந்த யுத்தத்தை வென்றிருந்தார்கள். ஆனால் யுத்தம் அப்போதுதான் தொடங்கி இருக்கிறது என்று அவர்களுக்குத் தெரிந்திருந்தது. மைக்ரோசாஃப்ட் ஓர் எளிமையான போட்டியாளர் அல்ல. கூகிள் தங்கள் இழந்த

வாடிக்கையாளர்களைத் திரும்பப் பெறுவதைத் தடுக்க அவர்களால் என்ன வேண்டுமானாலும் செய்ய முடியும். அடுத்த முறை விழும் அடி மரண அடியாகக் கூட இருக்கலாம். பிச்சையும் கூகிளின் மற்ற முக்கியமானவர்களும் அப்படி ஒரு சம்பவம் நடக்கும்வரை காத்திருக்க விரும்பவில்லை.

கணிப்பொறித் தயாரிப்பாளர்களை நேரடியாகச் சென்று சந்திக்கத் தொடங்கினார் பிச்சை. ஹ்யூலெட் பாக்கார்டு போன்ற முக்கியமான விநியோகஸ்தர்களையும் அணுகி, லட்சக்கணக்கான கணிப்பொறிகளில் கூகிள் சேவைகள் முன்கூட்டியே பதியப்படத் தேவையான அனைத்து விஷயங்களையும் செய்தார். இதனால் ஒரு வாடிக்கையாளர் கணிப்பொறி வாங்கும்போதே அதில் கூகிள் டெஸ்க்டாப், கூகிள் டூல்பார் மற்றும் இதர விஷயங்கள் முன்னமே ஏற்றப்பட்டிருக்கும். கூகிளைத்தான் அவர் தனது முதன்மைத் தேடுதல் எந்திரமாக வைக்க முடியும். சுந்தர் பிச்சையும் அவரது

குழுவும் கூகிளுக்கு வர இருந்த ஒரு பேராபத்தில் இருந்து அதைக் காத்தார்கள்.

இந்தச் சம்பவத்தின் மூலம் இரண்டு விஷயங்கள் நடந்தன. மற்ற மேலதிகாரிகளில் இருந்து பிச்சை தனிப்பட்டுத் தெரிந்தார். அவர் தொலைநோக்குப் பார்வை உள்ளவராக மதிக்கப்பட்டார். அதே நேரம், கூகிள் தனக்கான ஒரு ப்ரவுஸரை உருவாக்க வேண்டியதன் அவசியத்தையும் அவசரத்தையும் நன்றாகவே உணர்த்தியது. அதுதான் மைக்ரோசாஃப்டையும், இண்டர்நெட் எக்ஸ்ப்ளோரரையும் ஒரு உலுக்கு உலுக்கிய க்ரோம் ப்ரவுஸர்.

▼

க்ரோம் ஒளிர்கிறது

'அவருக்கு உயரங்கள் பிடிக்கும். மிகப் பெரிய உயரங்கள் பிடிக்கும். இண்டர்நெட் எக்ஸ்ப்ளோரரை அதன் முதல் இடத்தில் இருந்து இறக்க முடியும் என்று எரிக் ஷிமிடை சுந்தர் நம்ப வைத்த அந்தத் தருணத்தில் அதே அறையில் நானும் இருந்தேன்.'

- க்ரிஸ்டோஃபர் சாக்கா

பிச்சையின் தற்போதைய வெற்றி, மிகக் கடினமான வேலைகளைக்கூட வெற்றியடைய வைக்கும் அவரது திறமையில்தான் ஒளிந்திருக்கிறது. இதில் ஆரம்ப கால விஷயங்கள் டூல்பாரும் க்ரோமும்தான். முதல் விஷயம் பயனர்களின் கணிப்பொறிகளில் கூகிளைத் தேடல் எந்திரமாக வைத்துக் கொள்ள உதவியது. இரண்டாவது, இணையம் சார்ந்த ஒரு பயனரின் அனுபவத்தையே மாற்றி அமைப்பதாக இருந்தது. மொத்தத்தில் கூகிளின் பயனர்கள் தொடர்ந்து அதைப் பயன்படுத்துவதற்கும், அவர்களை இணையத்தில் வைத்திருப்பதற்குமான விஷயங்களைக் கண்டுபிடித்ததன் மூலமாகக் கூகிளின் தொடர் வெற்றிக்குக் காரணமாக அவர் இருந்தார்.

கூகிள் ப்ரவுஸர் தொடர்பான அவரது தொலைநோக்குத் திட்டம் ஒரு ஆச்சர்யமான காலகட்டத்தில் வந்தது. கூகிள் ஒரு முக்கியமான நிறுவனமாக மாறியதில் இருந்து வெவ்வேறு விதங்களில் கூகிளும் மைக்ரோசாஃப்ட்டும் பரஸ்பரம் போர் தொடுக்க ஆரம்பித்திருந்தன. மைக்ரோசாஃப்டின் கவர்ச்சிகரமான தலைவரான பில் கேட்ஸ், 'கூகிளைத் தரையில் போட்டு நசுக்கியே தீருவேன்' என்பது போல பலமுறை பேசியிருக்கிறார். இதை மைக்ரோசாஃப்டால் செய்யவே முடியவில்லை என்பதுதான் உண்மை. கூகிளின் வேகமான அமைப்பும், தொழில்நுட்பத்தின்மீது அவர்களுக்கு இருந்த வெறித்தனமான காதலும் மைக்ரோசாஃப்டின் முயற்சிகளைத் தொடர்ந்து தோல்வி அடைய வைத்துக் கொண்டே இருந்தன. இது அந்தப் பெரிய மென்பொருள் நிறுவனத்துக்கு ஏற்புடையதாக இல்லை. அவர்கள் உச்சத்தில் இருந்த 2000களில் கூகிள் ஒரு புதிய நிறுவனம்தான். தங்கள் இடத்தை அவர்கள் எடுத்துக்கொள்வதா என்ற கோபம் மைக்ரோசாஃப்டுக்கு இருக்கவே செய்தது.

அதே நேரம் ரெட்மாண்டில் இருந்த மைக்ரோசாஃப்ட் நிறுவனத்துக்கு எதிராக கூகிளின் நிறுவனர்களோ அல்லது அதன் தலைமை நிர்வாக அதிகாரி எரிக் ஷிமிடோ குரல் கொடுக்கவே இல்லை. அப்படி அவர்களுக்குக் கிடைத்த முதல் வாய்ப்பையும் அவர்கள் நேர்மையாகவே பயன்படுத்திக் கொண்டார்கள். 2005ல் வாஷிங்டன் பல்கலைக்கழகத்தில் உள்ள கணிப்பொறி மற்றும் பொறியியல் துறைக்கான பால் ஆலன் மையத்தில் பேசினார் எரிக் ஷிமிட். மைக்ரோசாஃப்ட் நிறுவனர்களால் நன்கொடையாக வழங்கப்பட்ட இடம் அது. அங்கு பேசிய ஷிமிட் மிகவும் மரியாதையாக, மைக்ரோசாஃப்டை எந்தக் குறையும் சொல்லாமல் பேசினார். அவருக்கு இருந்த ஒரே நோக்கம் நல்ல திறமையான மாணவர்கள் கூகிளுக்கு வரவேண்டும் என்பதுதான். அதேபோல

▲ எரிக் ஷிமிட் Vs பில் கேட்ஸ்

அவர் எடுத்துக் கொண்ட திறமை மிகுந்த நபர்கள் அந்தப் பகுதிக்கு அருகிலேயே இருந்த மைக்ரோசாஃப்ட்டுக்குக் கிடைக்காமலேயே போய் விட்டது.

சிங்கம் அருகில் இருக்கும்போதே அதன் குகைக்குள் சென்று அதன் உணவை எடுத்து வருவது போன்ற துணிச்சலான செயல் அது. கூகிளைப் பற்றிச் சொல்லும்போது ஒருவர் வேலை பார்க்க உலகின் மிகச் சிறந்த நிறுவனம் என்ற ஷிமிட், மைக்ரோசாஃப்டைப் பற்றிக் குறிப்பிடும்போது, 'தனது சிறந்த காலம் முடிந்து போன ஓர் அரசு' என்று மட்டும் குறிப்பிட்டார்.

அதே வருடத்தில் சீனாவில் இருந்து டாக்டர் கை ஃபூ லீ என்பவரை வேலைக்கு எடுத்தது கூகிள். 1998ல் இருந்து மைக்ரோசாஃப்டுக்கு சீனாவின் முக்கிய நபராக இருந்தவர் லீ. ஏற்கெனவே மைக்ரோசாப்டில் இருந்து பலர் கூகிளுக்கு வந்திருந்தாலும் இவரது வருகை மிக முக்கியமானதாகப் பார்க்கப்பட்டது. இது மைக்ரோசாஃப்டின் அப்போதைய தலைமைச் செயல் அதிகாரியாக இருந்த ஸ்டீவ் பால்மருக்கு மிகுந்த கோபத்தை ஊட்டியது.

அடுத்து 2005ல் கூகிள் மைக்ரோசாஃப்டுக்கு இன்னொரு மரண அடியை வழங்கியது. ஏற்கெனவே அமெரிக்கா ஆன்லைன் லிமிடெட்டுடன் (AOL) ஓர் உடன்படிக்கையில்தான் இருந்தது கூகிள். இருந்தாலும், டிசம்பர் 2005ல் யாஹூ, மைக்ரோசாஃப்டை பின்னுக்குத் தள்ளி, ஏஓஎலுடன் ஒரு பில்லியன் டாலருக்கான உடன்படிக்கையைச் செய்து கொண்டது கூகிள். இதன்மூலம் அந்த நிறுவனத்தின் 5 சதவிகித பங்குகள் கூகிளுக்கு வந்தன.

இதன் மூலம் அந்த நிறுவனத்துடன் தனது தேடுபொறி மற்றும் விளம்பரங்கள் தொடர்பான ஒரு கூட்டணியை அமைத்துக் கொண்டது கூகிள். இது மைக்ரோசாஃப்டுக்குக் கிடைத்த மிகப் பெரிய அடி. இதைவிட மிகப்பெரிய முள்ளாக மைக்ரோசாஃப்டுக்கு அமைந்த ஒரு விஷயம் யாஹூவை அதனால் வாங்க முடியவில்லை என்பதுதான்.

▲ ஸ்டீவ் பாமர், டாக்டர் கை ஃபூ லீ

2008ல் மைக்ரோசாஃப்டின் பால்மர், யாஹூவை எடுத்துக் கொள்ள ஒரு முயற்சி எடுத்தார். அப்போது யாஹூவின் பங்குகளின் மதிப்பு 19 டாலராக இருந்தது. இருந்தாலும் அதற்கு 31 டாலர்கள் கொடுக்க முன் வந்தார் பால்மர். கிட்டத்தட்ட 45 பில்லியன் கோடி டாலர் மதிப்புள்ள இந்த வணிகம் மட்டும் நிகழ்ந்திருந்தால் மைக்ரோசாப்ஃட் முக்கியமான தேடுபொறி நிறுவனமாக மட்டுமல்ல, கூகிள் உள்ளிட்ட எந்த நிறுவனமும் அதன் முன்னால் நிற்க முடியாத அளவுக்கு வளர்ந்திருக்கும். ஆனால் கூகிளின் நிறுவனர்கள் யாஹூ தலைவரான ஜெரி யாங்கிடம் பேசி ஒரு விளம்பர உடன்படிக்கை செய்து கொண்டார்கள். கூகிளின் பிரமாதமான தொழில்நுட்பத்தின் மூலம் யாஹூ விளம்பர வருவாய் ஈட்டிக் கொள்ள வகை செய்யும் உடன்படிக்கை அது. இதனால் தன்னுடைய வணிகச் சிக்கல்களில் இருந்து மீண்டு வந்தது யாஹூ.

கூகிள் நன்றாக வளர்வதற்கு முன்னால் அதை வெட்டிவிட வேண்டும் என்று முடிவு செய்தது மைக்ரோசாஃப்ட். கூகிளின் இதயத்தை அவர்கள் தாக்குவதற்கு இவையெல்லாம் மட்டும் காரணம் அல்ல. 2004 நடந்த ஒரு சம்பவம்தான் இதற்கு ஆரம்பப் புள்ளியாக இருந்தது.

ஆகஸ்டு 2004ல் கூகிள் தனது பங்குகளைப் பொதுமக்களுக்கு விற்கத் தொடங்கியது. அந்த நிறுவனம் தனியாரிடம், அதாவது அதன் நிறுவனர்களிடம் மட்டுமே இருந்தபோது அதன் நம்ப முடியாத லாபம் ஈட்டும் திறன் அதன் நிறுவனர்களுக்கு மட்டுமே தெரிந்திருந்தது. ஆனால் இப்போது அதன் சொத்தை வெளிப்படையாக அறிவிக்க வேண்டிய கட்டாயம் ஏற்பட்டது. அப்போது வரை ஒரு சுமாரான நிறுவனமாக மட்டுமே அறியப்பட்டிருந்தது அந்த நிறுவனம். இப்போது தேடுபொறி மூலமாகக் கோடிக்கணக்கான டாலர்களை ஈட்டும் ஒரு பெரும் நிறுவனம் என்பது மக்களுக்கும், அதன் போட்டியாளர்களுக்கும் தெரிய வந்தது.

விளம்பரங்களின் மூலம் கிடைத்த வருவாய் வீணாக்கப்படவே இல்லை என்பது ஏற்கெனவே அதன் பணப்புழக்கத்தை அறிய வாய்ப்புக் கிடைத்த மைக்ரோசாஃப்டுக்கு நன்றாகவே தெரிந்திருந்தது. இதை எதிர்கொள்ள என்ன செய்ய வேண்டும் என்பதைச் சொல்ல ஒரு பெரிய புத்திசாலி தேவை மைக்ரோசாஃப்டுக்கு. கூகிளின் விளம்பர வருவாயைத் தடுத்தால் அந்த நிறுவனத்தை அழித்து விடலாம். அதே நேரம் அவர்களது வணிகத்தைப் பிரதிபலிப்பதன் மூலம் மைக்ரோசாஃப்டுக்கும் வருவாய் கிடைக்கும். ஒரே கல்லில் இரண்டு மாங்காய். கூகிளில் இருந்த மற்றவர்களும், பிச்சையும் இதை எதிர்நோக்கத் தவறவில்லை.

பிங்கைத் தங்கள் தேடுபொறியாக மைக்ரோசாஃப்ட் மாற்றியதும் கூகிளுக்கான ப்ரவுஸரை உருவாக்கும் பொறுப்புக்குத் தேவையான சம்மதம் எரிக் ஷிமிட்டிடம் இருந்து பிச்சைக்குக் கிடைத்தது.

நெட்ஸ்கேப் வணிகத்தில் இருந்து வெளியேற மைக்ரோசாஃப்ட் ஒரு முக்கியக் காரணம் என்று பிச்சைக்குத் தெரியும். 1995ல் 28 டாலர் பங்கு மதிப்புடன் வெளிச்சந்தைக்கு வந்தது நெட்ஸ்கேப். ஒரே நாளில் அதன் பங்கு மதிப்பு 300 சதவிகிதம் ஏறியது. ஆகஸ்டு 1995ல் மைக்ரோசாஃப்ட் இண்டர்நெட் எக்ஸ்ப்ளோரரை அறிமுகப்படுத்தியபோது, உலகெங்கும் உள்ள ப்ரவுஸர் சந்தையில் 80 சதவிகிதம் நெட்ஸ்கேப்புக்கு இருந்தது. தன்னுடைய விண்டோஸ் ஆப்பரேட்டிங் சிஸ்டத்தில் இண்டர்நெட் எக்ஸ்ப்ளோரரை ஏற்றுவதன் மூலமும், உலகெங்கும் உள்ள இணைய சேவை வழங்குபவர்களுடன் உடன்படிக்கை திட்டங்களைக் கையெழுத்திடவும் ஆரம்பித்தது மைக்ரோசாஃப்ட்.

1998ல் ஏஓஎல் நெட்ஸ்கேப்பை 4.2 பில்லியன் டாலர்களுக்கு வாங்குவதாக அறிவித்தது. 1999ல் இந்தத் திட்டம் செயல்பட்டபோது நெட்ஸ்கேப்பின் மதிப்பு பத்து பில்லியன் டாலர்களாக மாறி இருந்தது. மைக்ரோசாப்ஃடால் என்ன செய்ய முடியும் என்பது பிச்சைக்குத் தெரியும். இதே கதி கூகிளுக்கும் வரவேண்டாம் என்று அவர் நினைத்தார்.

இண்டர்நெட் எக்ஸ்ப்ளோரரை கூகிள் நம்பியிருந்தால், எப்போது வேண்டுமானாலும் மைக்ரோசாஃப்ட் அதை எடுத்துவிட்டு, தங்களது சொந்தத் தேடல் பக்கத்தைக் கொண்டுவந்துவிடும். இதனால் கூகிளுக்கென்று ஒரு ப்ரவுஸர் தேவை என்பது உணரப்பட்டது. இப்படித்தான் க்ரோம் பிறந்தது. நெட்ஸ்கேப்புக்கு செய்த விஷயத்தை மைக்ரோசாஃப்ட், க்ரோமுக்கு செய்துவிடக்கூடாது என்பது அடுத்த முக்கியமான விஷயம்.

நெட்ஸ்கேப்பில் இருந்த ஒரு பிரச்னை அது பயனர்களுக்கு, முக்கியமாக நிறுவனங்களுக்கு, அது இலவசம் கிடையாது. ஆனால் மைக்ரோசாப்ஃடின் இண்டர்நெட் எக்ஸ்ப்ளோரரர் எல்லாருக்குமே இலவசம்தான். இதைப் போல கூகிள் க்ரோமும் எல்லாப் பயனர்களுக்கும் இலவசமாகவே வழங்கப்பட்டது.

மைக்ரோசாஃப்டை விட சில விஷயங்களில் மேம்பட்ட திறனுடன் இருப்பதால் க்ரோம் சீக்கிரமே வெற்றி பெற்றது. அதன் நினைவாற்றல் திறன் பிரமாதமாக இருந்தது. ஒரு பக்கத்தில் இருந்து இன்னொரு பக்கத்துக்குச் செல்லும் பாங்கு மற்ற எல்லா ப்ரவுஸர்களை விடவும் லாகவமாக அமைந்திருந்தது. அதன் லே அவுட்டும், ஒழுங்கமைவும் வேகமாக இருந்தன.

(ஸ்டாட்கவுண்டரின்படி ஜனவரி 2009ல் க்ரோமைப் பயன்படுத்தியவர்கள் வெறும் 1.38 சதவிகிதத்தினர்தான். ஆனால் இண்டர்நெட் எக்ஸ்ப்ளோரரரைப் பயன்படுத்தியவர்கள் 65.41 சதவிகிதத்தினர். அடுத்த ஒரு வருடத்தில் க்ரோம் பயன்படுத்துபவர்கள் எண்ணிக்கை 6.04 சதவிகிதமாக மாறியது. மைக்ரோசாஃப்ட் 55.25 சதவிகிதமாக இறங்கியது. 2011 ஜூலையில் இருவருக்குமிடையிலான வித்தியாசம் இன்னும் அதிகமாகவே குறைந்தது. இப்போது க்ரோம் 22.14 சதவிகிதமாகவும், எக்ஸ்ப்ளோரரர் அதில் இருந்து இரு மடங்காக சுமார் 42.45 சதவிகிதமாக இருந்தது. அதற்கு ஒரு வருடம் கழித்து ஜூலை 2012ல் க்ரோம் 33.81 சதவிகிதமாகவும், மைக்ரோசாஃப்ட் பயன்படுத்துபவர்கள் எண்ணிக்கை 32.04 சதவிகிதமாகவும் ஆனது. பிப்ரவரி 2015ல் க்ரோம் பயனர்களின் எண்ணிக்கை 48.71 சதவிகிதமாகவும், மைக்ரோசாஃப்ட் 18.91 சதவிகிதமாகவும் இருந்தது.)

இன்று உலகில் இணையம் பயன்படுத்துவர்களில் மூன்றில் ஒரு பங்கு பயனர்கள் க்ரோமைப் பயன்படுத்துகிறார்கள் என்கிறார் சுந்தர் பிச்சை. வாடிக்கையாளர்கள் பார்வையில் இது இன்னும் அதிகமாகக்கூட இருக்கலாம். நிறுவனங்களைப் பொறுத்தவரை மைக்ரோசாப்ஃட்டின் பலம் இருந்தாலும் வாடிக்கையாளர்கள் பக்கத்தில் கூகிள்தான் பலம்பொருந்தியதாக இருந்தது. அதேபோல் ஒரு நிறுவனத்தில் பயனர்கள் உடனடியாக மேம்படுத்த முடியாததால் அவர்கள் தொடர்ந்து இண்டர்நெட் எக்ஸ்ப்ளோரரரை பயன்படுத்த வேண்டி இருந்தது.

அதே நேரம் கூகிள் க்ரோமின் வேகத்துக்காக அதைத் தேர்ந்தெடுப்பவர்கள் அதிகரித்துக் கொண்டுதான் இருந்தார்கள். இதில் ஆச்சர்யப்படத்தக்க விஷயம் என்னவென்றால் மேக் பயனர்களைவிட விண்டோஸ் பயன்படுத்துபவர்களில்தான் க்ரோம் பயனர்கள் அதிகம் இருந்தார்கள். இதற்கு க்ரோம்

ஆரம்பத்தில் அறிமுகம் செய்யப்பட்டது விண்டோஸில்தான் என்பது ஒரு காரணமாக இருக்கலாம்.

க்ரோம் வேண்டும் என்று பிச்சை வலியுறுத்தியபோது, உலகத்துக்கு இன்னொரு ப்ரவுஸர் தேவையில்லை என்று கூகிளின் முக்கியத் தலைவர்களான எரிக் ஷிமிட் போன்றவர்களே நம்பிக் கொண்டிருந்தார்கள். மைக்ரோசாப்ஃடுக்கும் கூகிளுக்கும் எந்தப் பிரச்னையும் இல்லாமல் இருந்திருந்தால் க்ரோம் பிறந்திருக்குமா என்றுகூட ஒருவர் யோசிக்கலாம். ஆனால் இன்று ப்ரவுஸர் உலகில் முக்கியமான ஒன்றாக க்ரோம் இருக்கிறது. அது மட்டுமல்ல கூகிளின் ஆப்பரேட்டிங் சிஸ்டமான க்ரோம் ஓஎஸ்ன் அடிப்படை க்ரோம் ப்ரவுஸர்தான். மைக்ரோசாஃப்ட் விண்டோஸுக்கு மாற்றாக க்ரோம் ஓஎஸ்ஸை முன்னோக்கி நகர்த்திக் கொண்டிருக்கிறது கூகிள்.

▼

க்ரோம் ஒரு ப்ரவுஸர் மட்டுமல்ல

‘சுந்தருக்கு ஒரு முக்கியமான திறமை இருக்கிறது; தொழில்நுட்பத்தில் தேர்ந்த, அதே நேரம் பயன்படுத்த எளிதான பொருட்களை உருவாக்குவது அத்தோடு அவருக்குப் பெரிதாக பெட் வைப்பதும் பிடிக்கும்’

- லாரி பேஜ்

கூகிள் க்ரோமின் வெற்றியைத் தொடர்ந்து சுந்தர் பிச்சை அதன் துணைத் தலைவராக உயர்த்தப்பட்டார். அடுத்த சில மாதங்களில் மூத்த துணைத்தலைவராக அவருக்குப் பதவி உயர்வு வழங்கப்பட்டது.

2008ல் க்ரோம் அறிமுகப்படுத்தப்பட்டதைத் தொடர்ந்து கூகிளை வெற்றிகரமாக ப்ரவுஸர் போட்டியில் செலுத்தினார் பிச்சை. அதற்கு அடுத்த வருடம் மறுபடி(யும்) க்ரோமை நோக்கி வந்தார் பிச்சை. இம்முறை இணையம் சார்ந்த க்ரோம் ஓஎஸ்ஸை நோக்கி அவரது பார்வை இருந்தது. க்ரோமை அறிமுகப்படுத்தியதே க்ரோம் ஓஎஸ்ஸைக் கொண்டு வந்து மைக்ரோசாஃப்ட் விண்டோஸுக்கு மாற்றான ஒரு விஷயத்தை அறிமுகப்படுத்துவதற்குதான் என்று சொல்பவர்களும் உண்டு.

மைக்ரோசாஃப்ட் விண்டோஸுடன் மட்டுமல்ல, அது ஆப்பிள் ஐஓஎஸ்ஸாக இருந்தாலும், போட்டி தேவைப்படும் இடத்தில் போட்டிபோடத் தயாராக இருந்தது கூகிள். அதேபோல கணிப்பொறிகளுக்கு மைக்ரோசாஃப்ட் போல ஆண்டிராய்ட் உலகை ஆட்சி செய்வதன் மூலம் ஸ்மார்ட்போன்களுக்கு கூகிள் இருக்கவேண்டும் என்ற ஆசையை வெளிப்படுத்தி இருக்கிறது. இதனால் ஒரு பக்கம் ஆண்டிராய்டு பயன்படுத்துபவர்களும் க்ரோமை எளிதாகப் பயன்படுத்திக் கொள்ள உதவும் விஷயங்களைச் செய்யும் அதே நேரத்தில், ஆப்பிள் ஐஓஎஸ்ஸுக்கும், கூகிள் உதவியுடன் உருவாக்கப்பட்ட ஆண்டிராய்டுகளுக்குமான ஸ்மார்ட்போன் யுத்தத்தைப் பிச்சை தொடங்கினார்.

கூகிளைப் பொறுத்தவரை ஆண்டிராய்ட் மூலம் செயல்படும் ஸ்மார்ட்போன் பயனர்கள் அனைவரும் கூகிளைத்தான் பயன்படுத்துவார்கள். இதன்மூலம் ஆண்டிராய்டு வேறு, க்ரோம் வேறு என்று அவர்கள் உணர மாட்டார்கள். இதுதான் பிச்சையின் முக்கிய தந்திரம்.

க்ரோம் ஓஎஸ் 2009 ஜூலையில் அறிமுகம் செய்யப்பட்டது. பிச்சை மற்றும் கூகிள் இதைப் பற்றிச் சொல்லும்போது, 'இது ஓர் இணைய வழி செயல்படும் ஆப்பரேட்டிங் சிஸ்டம். இதன் அப்ளிகேஷன்களும் தரவுகளும் க்ளவுடில்தான் இருக்கும். அதுபோல, தானாகவே சமீபத்திய பதிப்புக்குத் தன்னை மேம்படுத்திக் கொள்ளும்" என்றார்கள்.

2009ன் பின்பகுதியில் க்ரோம் ஓஎஸ்ஸின் க்ரோமியம் ஓஎஸ் திட்டத்தில், அதன் சோர்ஸ் கோடுகள் ப்ரோகிராம் எழுதுபவர்களுக்குத் தரப்படும் என்றும் அவர்கள் அதில் மாற்றங்கள் செய்து தங்களது சொந்தப் பதிப்புகளை உருவாக்கிக் கொள்ள முடியும் என்றும் அறிவித்தார்கள். ஆனால் க்ரோம் ஓஎஸ் முழுக்க முழுக்க கூகிள் மற்றும் அதைச் சேர்ந்தவர்களால் மட்டுமே இயக்கத்தக்க வகையில் வடிவமைக்கப்பட்டிருந்தது. அதன் இன்னொரு முக்கியமான ஒரு சிறப்பம்சம், வேகம். 2009ம் வருடம் ஒரு கருத்தரங்கில் க்ரோம் ஓஎஸ் வெறும் ஏழே நொடியில் இயங்க ஆரம்பிக்கிறது என்று அனைவர் முன்னிலையிலும் இயக்கியே காட்டினார் பிச்சை.

க்ரோம் ஓஎஸ்ஸை உள்ளடக்கிய வன்பொருட்கள் மே 2011ல் இருந்து விற்பனைக்கு வர ஆரம்பித்தன. க்ரோம் ஓஎஸ்ஸை தனது ஆப்பரேடிங் சிஸ்டமாகக் கொண்ட க்ரோம்புக் மடிக்கணினியைப் பற்றி 2011 மே மாதம் நடைபெற்ற கூகிள் ஐ/ஓ கருத்தரங்கத்தில் அறிவிக்கப்பட்டது. அடுத்த மாதமே அது விற்பனைக்கு வந்தது. ஆரம்பகால க்ரோம்புக்குகள் ஏசெர் மற்றும் சாம்சங்குடன் மட்டும் இருந்தன. 2013க்குப் பிறகு லெனோவா, ஹெச்பி போன்றவற்றிலும் க்ரோம் புக்குகள் வர ஆரம்பித்தன. சில காலம் கழித்து கூகிளும் இதில் இணைந்தது.

2012 மத்தியில் சாம்சங் நிறுவனம் க்ரோம்புக்கின் டெஸ்க்டாப் பதிப்பை அறிமுகப்படுத்தியது. இது க்ரோம்பாக்ஸ் என்று பெயரிடப்பட்டது. அதில் இருந்து ஒன்றரை வருடம் கழித்து ஜனவரி 2014ல் எல்ஜி எலெக்ட்ரானிக்ஸ் எல்லாம் சேர்ந்த க்ரோம்பேஸ் என்ற ஒரு கருவியை அறிமுகம் செய்தது. இதனுள் க்ரோம்பாக்ஸின் மென்பொருள் கொண்ட ஒரு மானிட்டர், கேமரா, மைக்ரோஃபோன், ஸ்பீக்கர்கள் எல்லாமே இருந்தன. இதிலிருந்து கொஞ்சம் மாறுபட்ட ஒரு பதிப்பை விரைவிலேயே அறிமுகம் செய்தது ஏசெர். இதில் தொடுதிரை வசதி இருந்தது. அதே வருடத்தில் கூகிளும் க்ரோம்பிட்டை அறிமுகப்படுத்தியது. இது க்ரோம் ஓஎஸ்ஸால் இயங்கும் ஒரு டாங்கிள். இதைத் தொலைக்காட்சியில் உள்ள ஹெச்டிஎம்ஐ ஸ்லாட்டில் பொருத்தினால் திரையை ஒரு கணிப்பொறியாக மாற்றிவிடும்.

க்ரோம் ஓஎஸ்ஸுக்கும் மைக்ரோசாஃப்ட் விண்டோஸுக்கும் உள்ள வித்தியாசங்களை ஆராய்ந்தாலே க்ரோம் ப்ரவுஸருக்கு அடுத்து மைக்ரோசாஃப்டின் கொடுங் கனவாக அது மாறப்போகிறது என்பது புரிந்து விடும். இதன் விலை ஒரு முக்கியமான பிரச்னைதான்.

விண்டோஸ் கணிப்பொறியை ஒருவர் வாங்கும்போது அதனுடன் விண்டோஸ் ஓஎஸ் இலவசமாகக் கூட வந்துவிடும். ஆனால் அதை மேம்படுத்த நினைக்கும்போது அதற்கான பணத்தைக் கொடுத்துதான் ஆக வேண்டும். அதைப் பார்க்கும்போது க்ரோம் ஓஎஸ் பதிப்பை மேம்படுத்த ஒரு பைசா கொடுக்கத் தேவையில்லை. அது மட்டுமல்ல, விண்டோஸ் அப்டேட் செய்துகொள்ள எடுத்துக் கொள்ளும் நேரத்தில் மிகக் குறைவான நேரமே இது எடுத்துக் கொள்ளும்.

இன்னொரு முக்கியமான விஷயம், க்ரோம் ஓஎஸ் க்ரோம்புக்குகளில் solid state drive (SSD) ஆக வருகிறது. ஆனால் விண்டோஸ் லேப்டாப்புகளில் அதன் ஓஎஸ் hard disk drive (HDD) ஆக வருகிறது. SSDகளில் பல அனுகூலங்கள் இருந்தாலும் கவனிக்க வேண்டிய முக்கிய அம்சம், அதன் வேகம். இருப்பதிலேயே மிக வேகமான விண்டோஸ் மடிக்கணிணி, இருப்பதிலேயே குறைந்த வேகம் கொண்ட க்ரோம்புக்கை விடவும், வேகம் குறைவானதாகவே இருக்கும். அதேபோல க்ரோம்புக்குகளின் திறனின் பெரிய மாற்றங்கள் இருக்காது. ஆனால் விண்டோஸ் ஓஎஸ்ஸின் திறன் போகப் போகக் குறைந்து கொண்டே வரும். அதுபோல அதிக பேட்டரி திறன், பாதுகாப்பு இதெல்லாமே இன்றைய கணிப்பொறிப் பயனர்களுக்கு முக்கியமான விஷயம். க்ரோம் ஓஎஸ் உள்ள க்ரோம்புக்குகள் எல்லாமே அதிக பேட்டரி ஆயுளுடனும், பெரும்பாலும் வைரஸ் தொந்தரவுகள் இல்லாதவையாகவுமே இருக்கின்றன.

க்ரோம் ப்ரவுஸரை அறிமுகப்படுத்தியது கூகிளுக்குள் சுந்தர் பிச்சையை ஒரு முக்கிய நபராக அறிமுகப்படுத்தியது. க்ரோம் ஓஎஸ் மற்றும் அது சார்ந்த பிற பொருட்களை அறிமுகம் செய்தது வேகமாக வளர்ந்து வரும் அந்த நிறுவனத்தோடு பொருத்திப் பார்க்க வைத்தது.

▼

மக்கள் சக்தி

'நல்ல தலைவன் என்பவன் யாரென்றால், அவன் கொடுக்கும் வேலைக்குத் திறன் வாய்ந்த நபர்களைத் தேர்ந்தெடுத்து வேலை செய்யவும், அவர்கள் வேலை செய்யும்போது நடுவில் புகுந்து குழப்பாதவனாகவும் இருப்பவன்தான்'.

- தியோடர் ரூஸ்வெல்ட்

பிச்சை கூகிளுக்குள் நுழைந்தபோது அதன் டூல்பாருடன் தான் ஆரம்பித்தார். ஆனால் அவர் அதை எப்படிப் பயன்படுத்தினார் என்பதைப் பார்த்தோம். கூகிள் க்ரோம் மற்றும் க்ரோம் ஓஎஸ்ஸை அறிமுகப்படுத்தியது அவருக்கு மேலும் மகுடம் சூட்டின. கூகிள் தலைமையகத்தில் அனைவருக்கும் அவர் பெயர் தெரிந்தது.

அடுத்தடுத்த வருடங்களில் கூகிள் செயலிகளை நிர்வகிக்கும் பொறுப்பு அவருக்கு வழங்கப்பட்டது. இதற்கு முன் கூகிள் செயலிகளான gmail, கேலண்டர், கூகிள் டாக்ஸ் மற்றும் பிற மேகம் சார்ந்த செயலிகளை அவர்தான் நிர்வகித்து வந்தார். டேவிடம் இருந்து இந்தப் பதவியை சுந்தருக்குக் கொடுக்க வேண்டும் என்ற முடிவை லாரி பேஜ் எடுத்ததற்குப் பின்னணியில் பயனர்கள்-நிறுவனம் இரண்டுக்குமான இடைவெளியைக் குறைக்கவேண்டும் என்பதாகத்தான் இருக்கும்.

ஒரு வருடம் கழித்து, 2013ம் வருடம் ஆண்டிராய்டின் தலைவர் ஆண்டி ரூபினுக்கு பதில் அந்தப் பொறுப்பு சுந்தர் பிச்சைக்கு வழங்கப்பட்டது. அதுதான் சுந்தரின் மிகப் பெரிய முக்கிய மாற்றம் என்று சொல்லலாம். (ஆண்டிராய்டு நிறுவனத்தை உருவாக்கியவர்களுள் ஆண்டி ரூபின் ஒருவர். 2005ல் அந்த நிறுவனத்தை சுமார் 50 மில்லியன் டாலர்களுக்கு கூகிள் வாங்கியது) 2014ல் யூடியூப், கூகிள் எக்ஸ், காலிகோ போன்ற ஒரு சில விஷயங்களைத் தவிர மற்ற எல்லாத் தயாரிப்புகளுக்குமான ஒட்டுமொத்தத் தலைவராக சுந்தர் பிச்சையை ஆக்கினார் லாரி பேஜ்.

கூகிளுக்குள் பல திறமையான புத்திசாலி இளைஞர்கள் வேலை செய்கிறார்கள். அவர்களுள் சுந்தர் பிச்சை எப்படி யாரும் எதிர்பார்க்காத இப்படியான ஒரு வளர்ச்சியைப் பெற்றார் என்று தெரிந்து கொள்வதே ஆச்சர்யமான ஒரு விஷயம்தான்.

ஒரு வருடம் முன்பு மைக்ரோசாஃப்ட்டில் நடெலாவுக்குக் கிடைத்த அங்கீகாரத்தைப் போலத்தான் பிச்சைக்கும் கிடைத்திருந்தது. தனக்குக் கீழே வேலை பார்ப்பவர்களைச் சரியாக நிர்வகித்து, அவர்களை ஒருவருக்கொருவர் சரியான முறையில் சேர்ந்து வேலை பார்க்க வைப்பதுதான் பிச்சையின் முக்கிய பலம் மற்றும் தலைமைப் பண்பின் உச்சம். மனத்தளவில் பிச்சை மிகவும் நல்ல மனிதர். ஒருவருக்காகக் கவலைப்படுகிறேன் அல்லது அக்கறை எடுக்கிறேன் என்று சொன்னால் அதை நிஜமாகவே செய்யக்கூடிய மனிதர்.

அவருடன் பணியாற்றியவர்களில் பலர் இதற்கு உதாரணமாக ஒரு விஷயத்தைக் குறிப்பிடுகிறார்கள். பிச்சையின் முன்னால் மேலதிகாரி மரிஸ்ஸா மேயர். தன்னுடைய குழுவைச் சேர்ந்தவர்கள் பிரச்னை குறித்துப் பேசுவதற்காக பலமுறை மரிஸ்ஸாவின் அலுவலக அறைவாசலில் மணிக்கணக்கில் காத்திருந்திருக்கிறார் பிச்சை. இதனால் அவருடைய குழுவைச் சேர்ந்தவர்கள் அவருக்கு விசுவாசமாக இருந்தார்கள். அதுமட்டுமல்ல, தங்கள் மேலதிகாரி தங்கள் மொத்தக் குழுவையும் நேசிக்கிறார் என்பது அவர்களுக்குத் தெரியும்.

பிச்சையை யாரும் கோபப்படுகிறவர், முரட்டுத்தனமாக நடந்துகொள்கிறவர் என்று சொல்லாவிட்டாலும் அவர் விட்டுக் கொடுக்கமாட்டார் என்பதைப் பலரும் சொல்வார்கள். மிகவும் உறுதியான மனநிலைக்கு எடுத்துக்காட்டாகவே இவரைச் சொல்லலாம். அவராக எங்கேயும் போய் பிரச்னை இழுக்க மாட்டார் என்றாலும், பிரச்னை என்று ஒன்று வந்துவிட்டால் அது எவ்வளவு பெரியதாக இருந்தாலும் சரி, எப்படிப்பட்டதாக இருந்தாலும் சரி ஒரு கை பார்க்காமல் விடமாட்டார்.

இண்டர்நெட் எக்ஸ்ப்ளோரருக்கு மாற்றாக ஒரு ப்ரவுஸரை உருவாக்க வேண்டும் என்ற விஷயத்தில் எரிக் ஷிமிட் ஒப்புக்கொள்ளாதபோது, பிச்சை சண்டையும் போடவில்லை. விட்டுக் கொடுக்கவும் இல்லை. சரியான வாய்ப்புக்காக, சரியான நேரத்துக்காகக் காத்திருந்தார். வாய்ப்பு கிடைத்தபோது கூகிள் க்ரோமை உருவாக்குவதற்கு எவ்வளவு உழைப்பைக் கொடுக்க வேண்டுமோ அத்தனையையும் கொடுக்கத் தயாராகக் காத்திருந்தார்.

Andy Rubin: from Apple to Android
Android Inc.

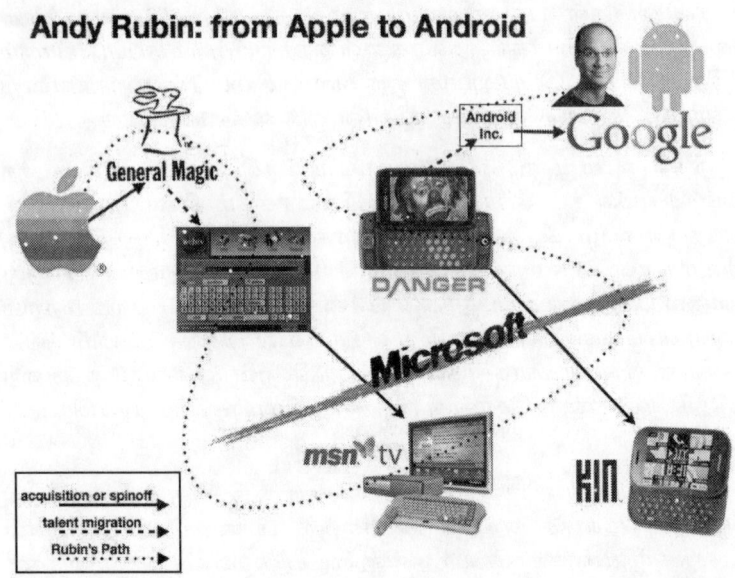

அதேபோல அவருடைய சாதுர்யமும், மக்கள் தொடர்புத் திறனும் சாம்சங்குடன் கூகிள் 2014ல் பேச்சுவார்த்தை நடத்தியபோது வெளிவந்தது. தென் கொரியாவைச் சேர்ந்த சாம்சங் நிறுவனம் கூகிளின் சேவைகளான கூகிள் ப்ளே போன்றவற்றை விற்பதில் அதிக ஆர்வம் காட்டவில்லை என்று கருதியது கூகிள்.

ஆண்டிராய்டை நிர்வகித்து வந்தவரான பிச்சைக்கு இந்தப் பிரச்னையைத் தீர்க்கும் பொறுப்பு கொடுக்கப்பட்டது. இது ஒரு சவாலான வேலை. சாம்சங் கூகிளின் முக்கியமான ஒரு தொழில் கூட்டாளி. இரு நிறுவன உறவுகளுக்கும் பங்கம் விளைவிக்காத வகையில் சாம்சங் நிறுவனத்திடம் இந்தப் பிரச்னையைப் பற்றிப் பேசியாக வேண்டும். சாம்சங்கின் தலைமை நிர்வாக அதிகாரியான ஷிநை சந்தித்துப் பேசினார் பிச்சை.

இரண்டு நிறுவனங்களின் பரஸ்பரக் குறிக்கோள்கள் பற்றியும், அதன்மூலம் அவர்கள் இருவருக்கும் கிடைக்கக்கூடிய லாபகரமான முடிவுகள் குறித்தும் பேசினார். அந்தச் சந்திப்பு வெற்றிகரமாக அமைந்தது. கூகிளுக்கு அவர்கள் கொடுத்துவந்த முக்கியத்துவத்தைக் குறைத்ததற்கான காரணம் சாம்சங் நிறுவனத்தின் Magazine UX. வாடிக்கையாளர்கள் தேவைக்குத் தக்க மாற்றி அமைக்கக்கூடிய ஒரு User interface. இந்தச் சந்திப்புக்குப் பிறகு அதன் தயாரிப்பைக் குறைத்துக் கொண்டது சாம்சங். இதன்மூலம் சாம்சங் நிறுவனங்கள் ஆண்டிராய்டைத் தொடர்ந்து பயன்படுத்தும் என்பது உறுதி செய்யப்பட்டது.

இதேசமயத்தில்கூகிளும்தங்களிடம்இருந்தமோட்டோரோலாவை லெனோவாவிடம் விற்றது.(மோட்டாரோலாவை கூகிள்12.5 பில்லியன் டாலர்களுக்கு வாங்கினாலும் லெனோவாவிடம் விற்கும்போது 2.9 பில்லியன் டாலர்களுக்கே விற்றார்கள்). இதை சாம்சங்கைச் சமாதானப்படுத்த கூகிள் எடுத்த முயற்சியாகவே அனைவரும் பார்த்தார்கள்.

ஆண்டிராய்ட் தொழில்நுட்பத்தை கூகிளிடம் இருந்து வாங்கிப் பயன்படுத்திய சாம்சங் உள்ளிட்ட நிறுவனங்கள் தங்களுக்கு அந்தத் தொழில்நுட்பத்தின் ஒவ்வொரு அறிமுகங்களும் கிடைக்கும் முன்பே மோட்டோரோலாவுக்குக் கிடைத்து வந்ததாக நம்பிக் கொண்டிருந்தார்கள். எது எப்படி இருந்தாலும், இந்த இரண்டு நிறுவனங்களுக்கு இடையே இருந்த பிரச்னை தீர்ந்ததற்கு சுந்தர் பிச்சையின் மக்கள்தொடர்புத் திறன்தான் காரணமாக அறியப்பட்டது.

பிச்சை சந்தித்த முக்கிய சவால்களுள் ஒன்று ஆண்டிராய்ட் பிரிவின் தலைமைப்பொறுப்பை ஏற்றது. அதை நிர்வகித்து வந்த ஆண்டி ரூபின் அந்தத் தொழில்நுட்பத்தை உருவாக்கியவர் மட்டுமல்ல, கூகிளுக்குள் ஒரு சிறந்த குழுவை உருவாக்கி, அதன் மூலம் உலகெங்கும் உள்ள கோடிக்கணக்கான ஸ்மார்ட்போன்களில் ஆண்டிராய்ட் ஓஎஸ்ஐ பதிவேற்றியவர். அப்படி இருக்கும்போது ரூபினுக்கு பதில் பிச்சையை ஏன் லாரி பேஜ் மாற்ற வேண்டும்? இதைப் புரிந்து கொள்ள லாரி பேஜின் தர்க்கத் திறனை ஆழமாகப் புரிந்து கொள்ள வேண்டும்.

இதற்கு ஒரு முக்கியமான காரணம் ரூபினும் பேஜூம் ஆண்டிராய்டை அவரவர் பார்வையில் எப்படிப் பார்த்தார்கள் என்பது முக்கியம். கூகிளின் முக்கியமான கூட்டாளியான சாம்சங்கை ஆண்டிராய்டுக்கான முக்கிய அச்சுறுத்தலாகப் பார்த்தார் ரூபின். கண்டிப்பாக ஒரு காலத்தில் ஆண்டிராய்டைப் போன்ற ஒரு ப்ரொகிராம் கோடை சாம்சங் உருவாக்கும் என்றும் அவர் நம்பினார். அதன்பிறகு ஆண்டிராய்ட் என்ற வார்த்தையே சாம்சங் கைபேசிகளில் இருக்காது. இதனால் அப்போது கூகிள் வாங்கியிருந்த மோட்டோரோலா, கூகிள் நிறுவனத்துக்கான பாதுகாப்புக் கவசமாக இருக்கும் என்று ரூபின் நம்பினார்.

இப்படிப்பட்ட குறுகலான பார்வை கூகிளின் வருங்காலத்தைப் பாதிக்கும் என்று லாரி பேஜ் உறுதியாக நம்பினார். பேஜூக்கு இதில் வேறு ஒரு பார்வை இருந்தது. அவரைப் பொறுத்தவரை கூகிளின் இறுதி இலக்கு ஆண்டிராய்ட் அல்ல ஆனால் அதை அடைவதற்கான ஒரு வழி. அவரது பார்வையில் கூகிள் ஒரு மேக சேவை நிறுவனம்; தேடுபொறி, மின்னஞ்சல்,

யூடியுப், கூகிள் வரைபடம் இப்படிப்பட்ட சேவைகளைச் சுற்றி கட்டமைக்கப்பட்ட நிறுவனம். அந்த வகையில் பார்த்தால் கூகிளின் இந்தச் சேவைகளை சாம்சங் போன்ற ஸ்மார்ட்போன் தயாரிப்பாளர்கள் மூலம் பயனர்களிடம் கொண்டு சேர்க்க உதவும் ஒரு கருவி ஆண்டிராய்ட்.

அதனால் பேஜின் பார்வையில், சாம்சங் அவர்களுக்கு எதிரி அல்ல, மைக்ரோசாஃப்ட், ஆப்பிள் போன்ற நிறுவனங்களை எதிர்க்க உதவும் ஒரு நம்பிக்கையான கூட்டாளி.

ஸ்மார்ட்போன்கள் சந்தையில் ஆப்பிளின் ஆதிக்கத்தை உடைத்ததில் முக்கிய பங்கு ரூபினின் ஆண்டிராய்டுக்கு உண்டு. இது நல்ல விஷயம்தான். ஆனால் கூகிளின் வருங்காலம் பிச்சையின் எண்ண ஓட்டத்தை ஒத்திருந்தது. மைக்ரோசாஃப்டிடம் பிரச்னை வந்தபோது கணிப்பொறி தயாரிப்பாளர்களிடம் கூகிள் டூல்பாரைக் கொண்டு போய் சேர்த்த பெருமை பிச்சைக்கு இருந்தது. இதனால் பயனர்கள் தொடர்ந்து கூகிள் தேடுபொறியைப் பயன்படுத்தினர்.

இந்தப் பின்னணியை வைத்து வன்பொருள் தயாரிப்பாளர்களிடம் கூகிளின் முக்கிய சேவைகளைக் கொண்டு சேர்க்கும் பொறுப்பை பிச்சை திறமையாகச் செய்ய முடியும் என்று லாரி பேஜ் நம்பினார். அது ஆண்டிராய்டாக இருந்தாலும் சரி, வேறு ஏதாவது ஒன்றாக இருந்தாலும் சரி.

இன்னொரு விஷயம், க்ரோமுக்குப் பின்னால் இருந்தவர் பிச்சை. ஆண்டிராய்டுக்குப் பின்னால் இருந்தவர் ரூபின். இரண்டு வெவ்வேறு ஆப்பரேட்டிங் சிஸ்டமாகப் பார்க்கப்பட்டவற்றை ஒரு ஒருங்கிணைந்த மென்பொருள் தளத்தில் கொண்டுவருவதன் மூலம் பயனர்களுக்கு எளிதாக இருக்கும் என்று லாரி பேஜ் நம்பினார். கணிப்பொறிப் பயன்பாடின் இரண்டு வெவ்வேறு உலகங்கள் என்று ஆண்டிராய்டையும் க்ரோமையும் பற்றி பிச்சையும் கருதி வந்தார். வாடிக்கையாளர்கள் எந்தத் தளத்தின் அல்லது கருவியின் மூலமாக இணையத்தையும், கூகிள் சேவைகளையும் பயன்படுத்தினாலும் அவை ஒரே ஒழுங்கமைவுடன் இருக்க வேண்டும் என்று பிச்சையும் விரும்பினார். இப்போது ஆண்டிராய்ட் மற்றும் க்ரோம் இரண்டையும் ஒரே நேர்கோட்டில் கொண்டு வருவதற்கான பிச்சையின் பார்வை தெளிவாக இருந்தது. இதைச் செய்யத் தேவையான அனைத்து விஷயங்களையும் சாதிக்க பிச்சை தயாராக இருந்தார்.

அடுத்த சவால் மக்களின் நடத்தையைச் சார்ந்திருந்தது. ரூபின் மற்றும் பிச்சை இருவரின் மேலாண்மை அணுகுமுறையில் இருந்த வித்தியாசங்களாலும் அவை இருக்கலாம். ரூபினின் தலைமையின் கீழ்

கூகிளுக்குள் ஒரு தனி நிறுவனமாக செயல்பட்டு வந்தது ஆண்டிராய்ட். இதனால் கூகிளின் மற்ற பிரிவினரிடம் இருந்து ஆண்டிராய்டு ஊழியர்கள் தனித்தே இருந்தார்கள். அவருடைய குழுவுக்குள்ளேயே சில முரண்பாடுகளும் இருந்தன. பிச்சை ஒரு அமைதியான, கவனம் சிதறாத மனிதர். இதனால் இந்தப் பொறுப்புக்குப் பிச்சைதான் சரி என்று பேஜ் தீர்மானித்தார்.

அவர் முடிவு சரியாகவே அமைந்தது. பொறுப்பெடுத்த ஒன்றிரண்டு மாதங்களுக்குள்ளாகவே அதற்குள் இருந்த பிரச்னைகளையும், வெளியே ஏற்பட்ட பிரச்னைகளையும் தீர்த்துவிட்டார் பிச்சை. இப்படிப்பட்ட பிரச்னைகள் இருந்ததா என்றே கேட்கும் சூழல் அமைந்தது.

இதன்மூலம் தான் ஒரு சராசரி அல்ல, புத்திசாலிப் பொறியாளன் என்பதை மறுபடி நிரூபித்தார் பிச்சை. நுண்ணறிவால் எதையும் உணர்ந்து கொள்ளும் திறன் மட்டுமல்ல, அவர் கேட்காமலேயே வேலைகளை ஊழியர்கள் கேட்டு வாங்கிப் பணிபுரிய வைக்கவும் அவரால் முடிந்தது.

▼

தொட்டதெல்லாம் துலங்கியது

'இந்த விஷயத்தை நடத்துபவன் தொட்டதெல்லாம் துலங்குகிறது என்பதில் கேள்வியே இல்லை'

- பில் பிஷப்

கூகிளில் இருந்து வரும் பதினோரு வருடங்களும் அவருடைய திறமையால் அந்த நிறுவனத்துக்கு நல்ல தயாரிப்புகளையும், தேவைப்படும்போது தீர்வுகளையும் தந்து வருகிறார் பிச்சை.

சென்னையைச் சேர்ந்த இந்த மனிதரின் வளர்ச்சிக்கு அதிர்ஷ்டத்தை சிலர் காரணம் காட்டலாம். ஆனால் கடந்த பத்து

வருடங்களுக்கும் மேலாக அவர் மூலம் சிறப்பான தயாரிப்புகள் வருவதற்கு வியக்கத்தக்க விதியைத்தான் கை காட்ட வேண்டும்.

சுந்தரின் வெற்றி அவர் மக்களிடம் காதுகொடுத்துக் கேட்பதிலும், தன்னைச் சுற்றி நடப்பனவற்றை உன்னிப்பாகக் கவனிப்பதிலும் அடங்கி இருக்கிறது. வெளியே இருந்து உள்ளே பார்த்து ஆய்வு செய்து, அதன்மூலம் தன் அறிவுக்கூர்மையால் ஒரு வெற்றி சூத்திரத்தைக் கொண்டு வரும் திறன் பிச்சைக்கு இருந்தது. ஆரம்ப காலத்தில் கூகிளின் வெற்றிக்கு அவர்களது அல்காரிதமும், அபரிமிதமான கம்ப்யூட்டிங் சக்தியும்தான் காரணங்கள். ஆனால் பிச்சையின் வெற்றிக்கு சுற்றி இருப்பதை உன்னிப்பாகக் கவனிப்பது, அந்த விஷயங்களில் எது செயல்படுமோ அதனோடு சேர்ப்பது போன்றவற்றைக் குறிப்பிடலாம்.

கூகிளில் சேர்ந்த சமயத்தில கூகிள் டூல்பாரை உருவாக்கியதை இதற்கு உதாரணமாகக் குறிப்பிடலாம். மற்றவர்கள் அதை ஒரு கவர்ச்சியற்ற ஒரு திட்டமாகக் கருதினாலும், மைக்ரோசாஃப்டிடம் இருந்து வந்த அச்சுறுத்தலைச் சமாளிக்க அதை ஒரு வாய்ப்பாகப் பிச்சை மட்டும்தான் பார்த்தார். ஆனால் அந்த ஒரு வெற்றி மட்டும்தான் இன்று அவர் இந்த இடத்தை அடைந்ததற்குக் காரணம் என்று சொல்ல முடியாது.

கூகிளின் முக்கியத் தலைவரான எரிக் ஷிமிட் உள்ளிட்டோர் காணத் தவறியதை சுந்தர் பிச்சை பார்த்தார். உலகின் மிகப் பெரிய தேடுபொறியாக இருந்த கூகிளுக்கு சொந்தமாக ஒரு ப்ரவுஸர் இல்லை என்பதை ஒரு பிரச்னையாக அவர் கருதியது இதில் முதல் விஷயம். கூகிள் பயன்படுத்திக் கொண்டிருந்த

ப்ரவுஸர், அவர்களுடைய வளர்ச்சியின் மேல் அக்கறை எதுவும் காட்டாத நிறுவனமான மைக்ரோசாஃப்ட்டுடையது என்பது அதை இன்னும் தீவிரமான அச்சுறுத்தலாகப் பிச்சைக்கு அறிவித்தது. கூகிளின் மூச்சுக் காற்றை எப்போது வேண்டுமானாலும் நிறுத்த மைக்ரோசாஃப்டால் முடியும் என்றாலும் அது அவர்கள் வளர ஆரம்பித்த சமயத்தில் நடக்கவில்லை என்பது ஒரு முக்கியமான ஆறுதல்.

இந்த விஷயம் நடந்தபோது பிச்சையும் அவரது குழுவினரும் கூகிள் க்ரோமை உருவாக்கும் முயற்சியின் கடைசிப் படியில் இருந்தார்கள். க்ரோம் சீக்கிரமே இண்டர்நெட் எக்ஸ்ப்ளோரர் மற்றும் பிற பிரபலமான ப்ரவுஸர்களிடம் இருந்து சந்தையைப் பிடித்தது. இதை எழுதும்போது கூகிள் கிட்டத்தட்ட சந்தையின் மூன்றில் ஒரு பங்கைக் கையில் வைத்திருக்கிறது.

'கடந்த வருடத்தில் க்ரோம் 300 சதவிகிதம் வளர்ந்திருக்கிறது. இப்போது தொடர்ந்து க்ரோம் பயன்படுபவர்கள் கோடிக்கணக்கானோர் இருக்கிறார்கள். இதைப் பல விதமாகப் பார்க்கலாம். தரவுகள் இல்லை என்று கூட நீங்கள் வாதிடலாம். ஆனால் இதை அறிமுகப்படுத்தியதில் இருந்து பார்த்தால், மக்கள் மத்தியில் இது பற்றி நல்ல விழிப்புணர்வு உள்ளது. உலகின் எல்லா நாடுகளிலும் முதலிடத்திலோ அல்லது இரண்டாமிடத்திலோ இருக்கிறோம் என்று தைரியமாகச் சொல்லலாம் என்று நினைக்கிறேன். மூன்றில் ஒருவர் க்ரோமைப் பயன்படுத்திக் கொண்டிருக்கிறார்; மக்களைப் பொறுத்தவரை இது இன்னும் அதிகமாகவும் இருக்கலாம்' என்று க்ரோமின் வளர்ச்சி பற்றி சுந்தர் பிச்சை குறிப்பிடுகிறார்.

க்ரோமின் வெற்றியைத் தொடர்ந்து க்ரோம் ஆப்பரேட்டிங் சிஸ்டமும், அது சார்ந்த தயாரிப்பு உருவாக்கங்களும் கூகிளில் பரவத் தொடங்கின. கணிப்பொறிப் பயன்பாட்டை மக்கள் பார்க்கும் விதத்தையே க்ரோம் ஓஎஸ் மாற்றியது. இந்தத் துறையின் எதிர்காலத்தின்மீது அது ஏற்படுத்தி இருக்கும் தாக்கங்கள் மிக அதிகம்.

கல்வி உலகத்தையே புயலாக அடித்துத் தாக்கியது க்ரோம்புக். கல்வி நிறுவனங்களில், முக்கியமாக, அமெரிக்காவில் இருக்கும் கல்வி நிறுவனங்களில் வாங்கப்படும் மடிக்கணிணிகளில் மூன்றில் ஒன்று க்ரோம்புக்குகள்தான். இவற்றின் வளர்ச்சி விகிதம் மைக்ரோசாஃப்டின் 39 சதவிகிதத்துக்கும், ஆப்பிள் மேக்புக்குகளின் 32 சதவிகிதத்துக்கும் நடுவே இருக்கிறது. இந்த இரண்டு நிறுவனங்களும் பல வருடங்களாகக் களத்தில் இருக்கின்றன என்பது குறிப்பிடத்தக்கது.

க்ரோம் புக்குகள் மட்டுமல்ல, க்ரோம்பிட், க்ரோம்காஸ்ட், க்ரோம்பாக்ஸ் உள்ளிட்ட பல சக்தி வாய்ந்த தயாரிப்புகளை உருவாக்க க்ரோம் ஓஎஸ் காரணமாக அமைந்தது. மின்னஞ்சல், கூகிள் டாக்ஸ் போன்றவற்றைப் பயனர்களின் கையில் கூகிள் கொண்டு சேர்க்க உதவும் கருவியாக க்ரோம் ஓஎஸ் இருந்தது. இது வாடிக்கையாளர்களிடம் அவர்களது பொருளை விற்பதாக மட்டும் இருக்கவில்லை. அதை கூகிள் ஏற்கெனவே திறம்படத்தான் செய்து வந்தது. ஆனால் அதற்கும் மேலே ஒரு பயனருக்கு, அவன் அமெரிக்காவைச் சேர்ந்தவனோ, வளரும் நாட்டில் இருப்பவனோ, அவனுக்குக் கணிப்பொறிப் பயன்பாட்டை எளிமையாக்கும் அனுபவமாக இருந்தது.

ஆண்டி ரூபினின் இடத்துக்குப் பிச்சை வந்தபோது அவர் என்ன பொறுப்பில் இருந்தார் என்பது கவனிக்கப்படவேண்டிய விஷயம். ஆண்டி ரூபினிடம் இருந்து பொறுப்பை எடுத்துக் கொள்வதே பெரிய சவால்தான். ரூபின் ஒரு சிறப்பான தொழில்நுட்பத்தை உருவாக்கியதோடு அதைக் கோடிக்கணக்கான பயனர்களின் கையில் கொண்டு சேர்த்திருந்தார். இதைத் தொடர்வது கடினமான காரியம். பிச்சை அதை எளிதாகச் செய்தார்.

2014ல் உலகம் முழுக்க ஒரு பில்லியனுக்கும் அதிகமான ண்டிராய்டு கைபேசிகள் விற்றிருந்தன. ஸ்மார்ட்போன் சந்தையில் து கிட்டத்தட்ட 80.7 சதவிகிதம். ஆப்பிள் ஐபோன்கள் 15.4 தவிகிதத்தில் இருந்தன. விண்டோஸ் கைபேசிகள் 2.8 சதவிகிதத்தில் ருந்தன. ப்ளாக்பெர்ரி வெறும் 0.6 சதவிகிதத்தில் இருந்தது. ளரும் சந்தையை இணையத்தைச் சார்ந்ததாக இருக்கச் செய்யும் வலையைப் பிச்சை செய்ததால் ஆண்டிராய்டு ஒன் உதயமானது. தன் மூலம் குறைவான விலையில், தரமான கைபேசிகள் விற்பனைக்குக் கிடைத்தன. ஏற்கெனவே ஆண்டிராய்டு 1 அறிமுகம் செய்யப்பட்ட நாடுகளில் இந்தியாவும் பிலிப்பைன்ஸும் அடக்கம்.

வாடிக்கையாளர்களுக்கு என்ன தேவைப்படுகிறது என்று அறிந்து கொள்வது பிச்சையின் மிகப் பெரிய பலம். இதே பலம், தொழில்நுட்ப உலகின் பெருநிறுவனங்களான ஆப்பிள், மைக்ரோசாப்ட், அமேஸான் உள்ளிட்டோரை எதிர்கொள்ளப் பிச்சைக்கு உதவியாக இருக்கும் என்று நம்புவோம்.

▼

முடிந்ததை மற; வருவதை நினை

'உன் பாதையில் நிறைய கடினமான தடைகள் இருக்கும். அதில் ஒரு தடையாக நீயே மாறி விடாதே'

– ரால்ஃப் மார்ஸ்டன்

சுந்தர் பிச்சையின் மக்கள் தொடர்புத் திறனையும், வணிகம் சார்ந்த புத்திக்கூர்மையையும் பற்றி நிறைய சொல்லப்பட்டாலும் அவரை ஒரு தலைவராக தனிமைப்படுத்திக் காட்டுவது எவ்வளவு பிரச்னைகள் இருந்தாலும் மிக அமைதியாக இருந்து அவற்றை இவர் தீர்க்கும் குணம்தான் என்று சொல்லலாம். அது மட்டுமல்ல, மற்றவர்களையும் அமைதிப்படுத்தி, செய்ய வேண்டிய வேலையை செய்ய வைக்க அவரால் முடியும். இதுதான் தலைமைப்பண்பின் முக்கிய அடையாளம். இந்தத் திறனை கூகிளின் முக்கிய மேலதிகாரிகளுள் ஒருவராக அவர் மாறுவதற்கும் முன்பே அவர் வெளிப்படுத்தி இருக்கிறார்.

க்ரோம் அறிமுகப்படுத்தப்பட்டபோது ஆப்பிள் நிறுவனத்துடனும், மொஸில்லா நிறுவனத்துடனும் பேசி அவர்களுடனான கூகிளின் உறவு கெட்டுப்போகாதபடி பார்த்துக் கொண்டார். சஃபாரி ப்ரவுஸரை உருவாக்கியது ஆப்பிள். அதேபோல ஃப்பயர்ஃபாக்ஸுக்குச் சொந்தக்காரர்கள் மொஸில்லா. இந்த இரண்டு ப்ரவுஸர்களுக்கும் க்ரோம் போட்டியாளராகத்தான் இருக்கப்போகிறது. இந்த இரண்டு நிறுவனங்களும் அச்சுறுத்தலாகத் தங்களைப் பார்க்கக் கூடாது என்று அவர் விரும்பினார். இந்த விஷயத்தை மிக அமைதியாகவும் மிகவும் சாதுர்யமாகவும் பிச்சை கையாண்டதன் மூலம் அந்த நிறுவனங்களுக்குள் உறவு நன்றாகவே இருந்தது.

பிச்சையின் பொறுமையான குணம் வெளிப்பட்ட இன்னொரு சந்தர்ப்பம் க்ரோம் அறிமுகப்படுத்தப்பட்ட தருணம். இன்னும் அறிமுகப்படுத்தப்படாத அந்த ப்ரவுஸருக்கு ஒரு புதுமையான விளம்பரத்தையும், தொடர்புக்கான தந்திரத்தையும் கூகிள் வைத்திருந்தது. அதன் விற்பனைப் பிரிவினர் ஒரு 38 பக்க காமிக் புத்தகத்தைத் தயார் செய்திருந்தனர். அந்தப் படக்கதை புத்தகம் க்ரோமின் முக்கிய அம்சங்களை விளக்குவதாக அமைந்திருந்தது. அதை நூற்றுக்கணக்கான ஊடகவியலாளர்களுக்கும், வலைப்பதிவாளர்களுக்கும் அனுப்புவதாக இருந்தனர்.

மே தினத்தை ஒட்டி க்ரோம் அறிமுகப்படுத்தப்பட இருந்ததால், அந்த வாரக்கடைசியில் அனைவரும் வேலை பார்க்காத சமயத்தில், அவர்களது அஞ்சல் பெட்டியில் சேரும்படி அனுப்பி இருந்தனர். ஆனால் ஜெர்மனியில் உள்ளவர்களுக்கு சற்று முன்னால் போய்ச் சேர்ந்துவிட்டது அந்தப் புத்தகம். அவர்களுக்கு விடுமுறையும் கிடையாது. ஒரு ஜெர்மானிய வலைப்பதிவாளர் இந்தப் புத்தகத்தை இணையத்தில் உடனே பதிவிட்டார். இது ஒரு மிகப் பெரிய குழப்பத்தை உருவாக்கியது. பிச்சையின் அப்போதைய மேலதிகாரி மரிஸ்ஸா மேயர்ஸில் இருந்து, பிச்சை, அவர்களது மற்ற குழு உறுப்பினர்கள் அனைவரும் கூகிள் தலைமையகத்துக்கு உடனடியாக வரவழைக்கப்பட்டார்கள்.

அந்தச் சூழ்நிலை எப்படி வேண்டுமானாலும் சென்றிருக்கக் கூடும். அது விற்பனைப் பிரிவின் மிக முக்கியமான ஒரு தவறுதான். ஆனால் இங்குதான் பிச்சை தனது பொறுமையான குணத்தையும், மன உறுதியையும் வெளிப்படுத்தினார். கிட்டத்தட்ட நூறு பேருக்கும் அதிகமாகக் கூடியிருந்த அந்த அறையில் எல்லாரைப் பற்றியும் அவருக்குத் தெரியும் என்பது போல உணர வைத்தார் பிச்சை. கோபப்படவில்லை. உன்னுடைய தவறுதான் என்று யாரையும் சுட்டிக் காட்டிக் கடிந்துகொள்ளவில்லை. இப்போது அந்தப் பிரச்னையை எப்படிக் கையாள்வது என்பதாகத்தான் அவரது அப்போதைய மனப்பாங்கு இருந்தது. முடிந்து போன விஷயத்துக்காகக் கவலைப்படுவதை விட அடுத்து என்ன செய்வது என்று யோசனையைத் தூண்டுவதாக அது அமைந்தது.

அடுத்து ஒரு பிரச்னையும் இல்லாமல் கூகிள் க்ரோம் அறிமுகமானது. அதுவரை வெளியே மிகக் குறைந்த நபர்களும், கூகிளில் அதை விடச் சற்று அதிகமான நபர்களும் மட்டுமே அறிந்திருந்த சுந்தர் பிச்சை என்ற மனிதர், கூகிளின் உலகில் மிக முக்கியமான தனது முதல் அடியை எடுத்து வைத்தார்.

▼

ட்விட்டருக்கு நஷ்டம், கூகிளுக்கு லாபம்!

*'வாழ்க்கையில் எந்த வரையறையும் கிடையாது,
நீ உருவாக்குபவற்றைத் தவிர'.*

- லெஸ் ப்ரவுன்

2010 டிசம்பரில் ட்விட்டரின் முன்னாள் தலைமைச் செயல் அதிகாரியாக இருந்த அதன் துணை நிறுவனர் வில்லியம்ஸ், தயாரிப்புகளில் அதிக கவனம் செலுத்துவதற்காகப் பதவி விலகினார். அடுத்து அந்தப் பதவிக்கு வந்தவர் டிக் காஸலோ. இதனால் அப்போது ட்விட்டரின் தலைவராகவும், துணைத் தலைவராகவும் இருந்த ஜேஸன் கோல்ட்மேனுக்கு ஒரு தயக்கம் வந்தது. உடனடியாக அவர் கூகிள், இன்ஸ்டாகிராம், ஃபேஸ்புக்

எதிலும் சேரவில்லை என்பதால், ட்விட்டரில் தனது ஈடுபாட்டை, ஆதிக்கத்தை அவர் ஏற்கெனவே குறைத்துக்கொண்டுவிட்டார் என்றுதான் பலரும் நினைத்தனர்.

இந்தச் சமயத்தில் சுந்தர் பிச்சையைத் தங்கள் பக்கம் இழுக்க ட்விட்டர் தீவிரமாக முயன்றது. பிச்சை ட்விட்டரில் சேரவில்லையென்றால் சத்யா படேலை அழைத்துக் கொள்ளலாம் என்று நினைத்தார்கள். டபுள் கிளிக் என்ற நிறுவனத்தின் திட்ட நிர்வாகியாகவும், கூகிள் அந்த நிறுவனத்தை வாங்கியபிறகு கூகிளுக்கும் வேலை செய்தவர் அவர்.

அப்போது பல முக்கிய ஊழியர்கள் கூகிளை விட்டு வெளியேறிக் கொண்டிருந்தனர். இது கூகிளுக்கு முற்றிலும் புதிய விஷயம். அதில் இருந்து வெளியேறியவர்களில் பலர் ஃபேஸ்புக் உள்ளிட்ட புதிய

நிறுவனங்களைத் தேடிச் சென்று கொண்டிருந்தனர். உண்மையைச் சொல்ல வேண்டுமென்றால், சில வருடங்களுக்கு முன்னால் கூகிள் போன்ற புதிய நிறுவனங்களுக்காக மைக்ரோசாஃப்டில் இருந்து பலர் வெளியேறிய நிகழ்வின் பிரதிபலிப்புதான் இப்போது கூகிளுக்கு நடந்து கொண்டிருந்தது. இப்போது ஃபேஸ்புக் புதிய கூகிளாக மாறி இருந்தது. பழைய மைக்ரோசாப்ஃடாக மாறாமல் இருக்க கூகிள் கடினமாக முயன்று கொண்டிருந்தது.

அப்போது கூகிளின் ஊழியர்கள் எண்ணிக்கையில் பத்து சதவிகிதம்தான் ஃபேஸ்புக்கில் இருந்தாலும், 200 கூகிள் ஊழியர்கள் அதை விட்டுச் சென்றிருந்தனர். இது கூகிளின் மொத்த ஊழியர்கள் எண்ணிக்கையில் வெறும் ஒரு சதவிகிதம்தான் என்பதால் கூகிளுக்குப் பெரிய பிரச்னையில்லை. ஆனால் அப்படிச் சென்றவர்களில் கூகிளின் பெரிய தலைகளான ஷெரில் காரா ஸாண்ட்பெர்க், எரிக் ஸெங் உள்ளிட்ட பலரும் இருந்தனர்.

ஹார்வர்டில் படித்த சாண்ட்பெர்க், கூகிளின் உலகளாவிய விற்பனை மற்றும் செயல்பாட்டுப் பிரிவுக்கான தலைவராக இருந்தார். இந்தத் திறமைசாலிப் பெண்ணை ஃபேஸ்புக்கின் தலைமைச் செயல் அதிகாரியாக நியமித்தார் மார்க் ஸக்கர்பெர்க். கூகிளில் இருந்து மார்ச் 2008ல் வெளியேறிய ஸாண்ட்பெர்க் ஃபேஸ்புக்கின் லாபகரமான தொழிலுக்குப் பாதை அமைத்துக் கொடுத்தார். முன்பு மைக்ரோசாஃப்டிலும் யாஹூவிலும் வேலை பார்த்த எரிக் ஸெங், கூகிளில் ஆண்டிராய்டு பிரிவில் மூத்த தயாரிப்பு அதிகாரியாக இருந்தார். எம்ஐடி ஸ்டான்ஃபோர்டு பட்டதாரியான எரிக் 2010ல் கூகிளில் இருந்து விலகி ஃபேஸ்புக்கின் கைப்பேசித் தயாரிப்புகள் பிரிவின் தலைவரானார்.

▲ ப்ரவுஸருக்கு விளம்பரமாக காமிக் புத்தகம்

இப்படி மிகத் திறமையான நபர்கள் எல்லாம் கூகிளை விட்டுச் சென்று கொண்டிருப்பது

▲ ஷெரில் காரா ஸாண்ட்பெர்க், எரிக் ஸெங்

கூகிளுக்கு மிகுந்த கவலையைக் கொடுத்தது. சின்னச் சின்னப் பதவிகளில் இருந்தவர்களுக்குக் கூடப் பதவி உயர்வும், சம்பள உயர்வும் கொடுத்துத் தக்கவைத்துக்கொள்ள முயற்சி செய்தது கூகிள். இப்படியொரு சமயத்தில்தான் ட்விட்டர் நிறுவனம் சுந்தர் பிச்சையைத் தங்கள் நிறுவனத்துக்கு இழுக்க முயன்றது.

தங்களுடைய முக்கிய அதிகாரி ஒருவருக்கு இப்படி வெளியிலிருந்து வாய்ப்பு வருவது கூகிளின் நிறுவனர்களுக்கு வயிற்றில் புளியைக் கரைத்தது. கூகிளின் முக்கிய அதிகாரியாக சுந்தர் பிச்சை இருந்தார் என்பது மட்டும் இதற்குக் காரணமல்ல. பிச்சை வெளியேறி இருந்தால் அப்போதுதான் அறிமுகப்படுத்தப்பட்டிருந்த கூகிள் க்ரோம் மற்றும் க்ரோம் ஓஎஸ் இரண்டும் துடுப்பில்லாத படகுகளாக மாறி இருக்கும்.

இவை மட்டுமல்ல, கூகிளில் பிச்சையைத் தொடரச் செய்வதற்கான மூன்றாவது காரணமும் இருந்திருக்கலாம். 2010ல் இதற்கான எந்த விஷயங்களும் நடக்கவில்லை என்றாலும் கூகிளில் இன்னும் பெரிய பொறுப்புகளை எடுத்துக் கொள்வதற்கான திறன் சுந்தர் பிச்சைக்கு இருக்கிறது என்று அப்போதே லாரி பேஜ் நினைத்திருக்கலாம். பிச்சையைத் தக்கவைக்க வேண்டும் என்று விரும்பிய கூகிள், அவருக்கு 5 கோடி டாலர் மதிப்புள்ள பண மற்றும் நிறுவனப் பங்குகளைப் பரிசாகக் கொடுத்தது. 2011ல் எரிக் ஷிமிட்டிடமிருந்து தலைமை நிர்வாக அதிகாரி பதவியை லாரி பேஜ் திரும்பப் பெற்றுக் கொண்டார். மேலும், அவர் செய்த வேலைகளுள் முதன்மையானது சுந்தர் பிச்சையை கூகிளின் மூத்த துணைத் தலைவராக அறிவித்ததுதான்.

தொடர்ந்து தன் கிரீடத்தில் புதிய பொறுப்புகளையும், கூடுதல் பதவிகளையும் பதித்துக்கொண்டேதான் இருந்திருக்கிறார் சுந்தர்

சுந்தர் பிச்சை | 71

பிச்சை. 2010ல் ஆரம்பித்த இந்த விஷயம் 2015ல் மொத்த கூகிளையுமே பிச்சையின் கைகளில் லாரி பேஜ் ஒப்படைப்பதுவரைத் தொடர்ந்துதான் வருகிறது. இவையெல்லாமே ட்விட்டரிலோ அல்லது ஃபேஸ்புக்கிலோ பிச்சை சேருவதைத் தடுப்பதற்குதான் என்று சொன்னால் அது பைத்தியக்காரத்தனம். ட்விட்டர் தனது நிறுவனத்துக்கு பிச்சையை அழைத்த ஆரம்பகட்டத்தில் இதில் கொஞ்சம் உண்மை இருந்திருக்கலாம். ஆனால் அடுத்தடுத்த மைல்கற்களை பிச்சை தன் சொந்த முயற்சியிலேயே கடந்து வந்து கொண்டிருக்கிறார்.

▼

இவனைப்போல் ஒருவன்

கடந்த இரண்டு வருடங்களில், இந்தியாவைச் சேர்ந்த இரண்டு மனிதர்களும் இந்தியாவைப் பெருமைப்படுத்தி இருக்கிறார்கள். இவர்கள் இருவருக்கிடையே நிறைய வித்தியாசங்கள் இருந்தாலும் சில ஒற்றுமைகளும் இருக்கின்றன.

2014 பிப்ரவரியில் ஹைதராபாத்தைச் சேர்ந்த ஒரு மனிதர், புகழ்பெற்ற மைக்ரோசாஃப்டின் தலைமை நிர்வாக அதிகாரியாக நியமிக்கப்பட்டார். மிகவும் எளிமையான ஒரு மனிதர் நடெலா. மக்களோடு நெருங்கிப் பழகும் தன்மை கொண்டவர். இந்தியாவின் சராசரி நகரங்களில் படித்து வளர்ந்தவர். அமெரிக்காவுக்குத் தன் சொந்தத் தகுதியில் சென்றவர். மைக்ரோசாஃப்டில் சேருவதற்கு

முன்னால் சில காலம் சன் மைக்ரோசிஸ்டமில் வேலை பார்த்தவர். ஆனால் அங்கு சேர்ந்த பிறகு மைக்ரோசாஃப்டில் மட்டுமே தொடர்ந்து பணிபுரிந்து வருகிறார். பில் கேட்ஸ் மற்றும் ஸ்டீவ் பால்மருக்கு அடுத்து மைக்ரோசாஃப்டின் மூன்றாவது தலைமை நிர்வாக அதிகாரியாகப் பணியாற்றுபவர்.

சுந்தர் பிச்சை மதுரையில் பிறந்து சென்னையில் வளர்ந்தவர். சென்னையிலும், பின்னர் காரக்பூரிலும் படித்தவர். மக்களுடன் நெருங்கிப் பழகும் தன்மை கொண்ட பிச்சை, அடக்கமான மனிதர். நல்லொழுக்கங்களுக்கு மதிப்புக் கொடுப்பவர். நடெலாவைப் போல் இவரும் தன் சொந்த முயற்சியால் அமெரிக்காவுக்குச் சென்றவர். கூகிளில் சேருவதற்கு முன் இரண்டு நிறுவனங்களில் வேலை பார்த்திருந்தாலும், அங்கு சேர்ந்த பின் கூகிளில் மட்டுமே வேலை செய்து வருகிறார். எரிக் ஷிமிட் மற்றும் லாரி பேஜ் இருவருக்கும் அடுத்து அந்த நிறுவனத்தின் மூன்றாவது தலைமை நிர்வாக அதிகாரியாக நியமிக்கப்பட்டவர் பிச்சை. இந்தப் பொறுப்பில் இரண்டு முறை இருந்தார் லாரி பேஜ் என்பது வேறு விஷயம்.

மனிதனை மனிதன் தின்னும் கார்பரேட் அரசியலில் நடேலாவும், பிச்சையும் எந்தவொரு பிரச்னைக்குரிய அரசியலிலும் சிக்காமல் வேலை பார்த்து, ஒரு சமநிலையைப் பராமரித்து வந்துள்ளனர். அவர்களுடன் வேலை பார்த்த யாருமே இவர்களால் எங்களுக்கு ஒரு பிரச்னை என்று சொன்னதில்லை. இந்த ஒரு விஷயமே இருவரது வியக்கத்தக்க திறமைகளுக்கு எடுத்துக்காட்டாக இருக்கும்.

இருவருக்குமான இன்னொரு ஒற்றுமை இருவருமே தங்கள் நிறுவனங்களுக்கிடையே நடந்த ப்ரவுஸர் பிரச்னையின்போது முக்கியப் பங்காற்றியுள்ளனர். பிங் தேடுபொறியின் உருவாக்கத்தில் நடேலாவின் பங்கும் முக்கியமானது. பிச்சையைப் பொறுத்தவரை கூகிள் க்ரோம் உருவாக்கத்தில் அவர் என்ன சாதனைகள் எல்லாம் செய்தார் என்பதை முன்பே பார்த்தோம்.

இருவருமே இந்தத் தொழில்நுட்பத் துறையின் முன்னேற்றத்துக்கு கைப்பேசி மற்றும் மேகக் கணிமையின் முக்கியத்துவத்தை உணர்ந்திருந்தனர். கார்பான், மைக்ரோமேக்ஸ், லாவா, லெனோவா, எல்ஜி, ப்ரெஸ்டிஜியோ உள்ளிட்ட மொபைல் நிறுவனங்களின் மூலமாக விலை குறைவான, நல்ல தரமான ஸ்மார்ட்போன்களை உருவாக்கி வருகிறார் நடேலா. பிச்சையின் ஆண்டிராய்ட் சார்ந்த திட்டமும் இதற்குச் சமமானதுதான்.

மேகக் கணிமையைப் பொறுத்தவரை, இருவருக்குமிடையே கொஞ்சம் வேற்றுமை இருக்கிறது. கூகிளின் மேகக் கணிமை சேவையை சுந்தர் பிச்சை க்ரோமின் மூலமாக நெம்பி எழுப்பிக் கொண்டிருக்கிறார். அதோடு கூகிளிடம் இருக்கும் ஆண்டிராய்டு, கைப்பேசிகளுக்கான ஓர் ஓப்பன் சோர்ஸ் ஆப்பரேட்டிங் சிஸ்டம். இது மேகக் கணிமை சேவையோடு நேரடியாக இணைக்கப் பெற்றிருக்கிறது.

க்ரோம், ஆண்டிராய்டு இரண்டுமே இலவச சேவைதான். அத்தோடு, கூகிளின் ஓப்பன் சோர்ஸ் கலாசாரம், மைக்ரோசாஃப்டின்

தனியுரிமை அணுகுமுறையோடு பொருந்தாத ஒரு விஷயம். தங்கள் ப்ரவுஸர் மற்றும் ஆப்பரேட்டிங் சிஸ்டம் இரண்டுக்குமான இணைப்பின் மூலம் தங்களுக்கான வாடிக்கையாளர்களை இழுத்துக் கொள்கிறது கூகிள். ஆண்டிராய்டும் வெறுமனே ஆப்பரேட்டிங் சிஸ்டமாக மட்டுமில்லாமல், கூகிள் சேவைகளுக்கு வாடிக்கையாளர்களைத் தேடி வந்து சேர்க்கும் கருவியாக இருக்கிறது.

மைக்ரோசாஃப்ட் தொடர்ந்து தங்கள் ஆப்பரேட்டிங் சிஸ்டமைப் பற்றி மட்டும் கவனம் செலுத்திக் கொண்டிருக்காமல் வேறு பாதையில் நடக்கத் துணிய வேண்டும். தனக்கு முன்னால் இருந்த ஸ்டீவ் பால்மரைப் போல அல்லாமல், நடேலா இந்த உலகத்தை ஒன்றுடன் ஒன்று இணைந்த ஒரு பெரிய கணிப்பொறியாக, மேகக் கணிமையின் வாயிலாக அதிகத் தரவுகளோடு இருக்கும் கருவியாகப் பார்ப்பது மைக்ரோசாஃப்டுக்கு ஒரு அனுகூலமான விஷயம். இதன் மூலம் நடேலா மைக்ரோசாஃப்டு நிறுவனம் என்பது விண்டோஸ் மட்டுமல்ல, மொபைலாக, மேகக் கணிமையாக, எல்லாம் இணைந்த ஒன்றாக, மேகக் கணிமையோடு சேரும்போது ஆப்பரேட்டிங் சிஸ்டம் என்பதே பெரிய மதிப்பில்லாத ஒன்றாகத்தான் இருக்கும் என்று அறிந்து வைத்திருக்கிறார் நடேலா.

2010ல் பிச்சை ட்விட்டரால் விரும்பப்பட்டார் என்பது பலருக்கும் தெரிந்த விஷயம் என்றாலும், சிலருக்கு மட்டுமே தெரிந்த ஒரு விஷயம் 2014ல் மைக்ரோசாஃப்டின் முதன்மை நிர்வாக அதிகாரி பதவிக்கு சுந்தர் பிச்சையின் பெயரும் பேசப்பட்டது என்ற விஷயம். இதன் உண்மைத்தன்மையை எந்த அளவு நம்புவது என்பது ஒரு கேள்வியாக இருந்தாலும் இந்த இருவரைப் பற்றியும் ஒப்பிட்டு ஒரு விமர்சனம் செய்து பார்த்தால் கொஞ்சம் ஆச்சர்யமாகவே இருக்கும்.

சுந்தர் பிச்சை வாடிக்கையாளர் சார்ந்த வணிகத்தில் தொடர்ந்து ஈடுபட்டு வந்ததால் வாடிக்கையாளர்களின் மனத்தை நன்கு அறிந்தவர். நடேலாவின் தவிர்க்க முடியாத பலம் நிறுவன நிர்வாகம் சார்ந்தது. மைக்ரோசாஃப்டின் தலைமை நிர்வாக அதிகாரியாக அமர்வதற்கு முன்னால் அந்த நிறுவனத்தின் மேகக் கணிமை மற்றும் வணிகம் இரண்டையும் பார்த்துக் கொண்டிருந்தார் நடேலா. அந்த நிறுவனத்தின் லாபம் கொழிக்கும் துறைகள் இவைதான்.

நடேலாவை விட சுந்தர் பிச்சை கொஞ்சம் அதிக மதிப்பெண் பெற ஒரு முக்கிய விஷயம் காரணமாக இருக்கும். அவருக்கு கணிப்பொறி (க்ரோம்) மற்றும் ஆண்டிராய்டு (கைப்பேசி) இரண்டு பக்கத்திலுமே அனுபவம் உள்ளது. கைப்பேசி விஷயத்தில் மைக்ரோசாஃப்டு இன்னமுமே போராட்டத்தைத்தான் சந்தித்து வருகிறது. பிச்சை அங்கே சென்றிருந்தால் அந்த விஷயத்தில் மைக்ரோசாஃப்டுக்கு பெருமளவில் உதவி இருப்பார். ஆனால் வணிகத்தில் நடேலாவின் அறிவு அளப்பரியது. இந்தக்குறையை அது சமன் செய்துவிடும். மைக்ரோசாப்ஃடின் மிகப்பெரிய வளர்ச்சியாகவும், வருவாயாகவும் இதுதான் இன்னமும் இருந்து வருகிறது. ஆனால் நடேலாவின் மிகப் பெரிய பலம் மைக்ரோசாஃப்டின் நிறுவன கலாசாரத்தின்மீது அவருக்கு இருக்கும் மதிப்பும் புரிதலும்தான்.

மைக்ரோசாஃப்டின் கலாசாரம், கூகிளின் கலாசாரத்தைவிட முற்றிலும் வேறு மாதிரியானது. இந்த விஷயத்தைப் பொறுத்தவரை நெடுநாட்களாக இருக்கும் மைக்ரோசாஃப்ட் ஊழியர்களின் மதிப்பைக் கண்டிப்பாகப் பிச்சையைவிட நடேலாதான் அதிகம் பெறுவார். ஓர் உதாரண உலகத்தில், மைக்ரோசாஃப்ட் இன்று சந்தித்து வரும் பிரச்னைகளுக்கு சத்யா நடேலா, சுந்தர் பிச்சை இருவரும் சேர்ந்த ஒரு கலவையான மனிதர் அதன் தலைமை நிர்வாக அதிகாரியாக இருந்தால், முழுமையாகத் தீர்வு கண்டுவிட முடியும். அப்படி நடந்தால் அது அந்த நிறுவனத்தின் தலையெழுத்தையே மாற்றி எழுதிவிடும்.

வாடிக்கையாளர் மற்றும் வணிகம் என்ற இரண்டிலுமான நல்ல விஷயங்களைக் கொண்டுவந்து, மேகக் கணிமையிலும், கைப்பேசிகளும் ஒரு சமநிலை பலத்தை அறிமுகப்படுத்தி இருக்கும். ஆனால் இந்தக் கதை இன்னமும் எழுதப்படவில்லை.

புதிய சவால்களுக்குத் தாங்கள் தகுதியானவர்கள் என்பதைத் தொடர்ந்து கற்பதன் மூலமும், புத்துயிர்த்தலின் மூலமும் இருவரும் தொடர்ந்து நிரூபித்து வருகிறார்கள். சென்ற வருடத்தில் நடேலா இந்தப் புதிய சவாலை ஏற்றுச் செய்த சில செயல்கள் இன்னும் பல வருடங்களுக்குத் தாக்கத்தை ஏற்படுத்தும் வலிமை பெற்றவை. கடந்த பத்தாண்டுகளில் பிச்சையின் பல செயல்கள் அவரின் திறமையைப் பலமுறை நிரூபித்துள்ளன.

Microsoft VS. Google

கூகிளும் மைக்ரோசாஃப்டும் மிகத் திறமையான இருவரின் கைகளில் இப்போது இருக்கின்றன. இருவருக்குமே பிடித்த விளையாட்டு கிரிக்கெட். ஹைதராபாத்தில் இருந்து வந்த மனிதர் அதிகம் ரன் எடுப்பாரா அல்லது சென்னையைச் சேர்ந்த இந்த மனிதர் தன் பந்துகளால் அவரை வீழ்த்துவாரா என்பதற்குக் காலம்தான் பதில் சொல்ல வேண்டும். இதற்கிடையே நமக்கு ஒரு சிறப்பான விளையாட்டைப் பார்க்க வாய்த்திருக்கிறது என்றே சொல்ல வேண்டும்.

பகுதி
3

கூகிள் என்ற சுற்றுச்சுழல்

'இளைஞர்களிடம் ஒரு மிகப்பெரிய மனக்கவலையைப் பார்க்கிறேன். என்னிடம் அது இல்லை. அவர்கள் பெரிய பெரிய மலைகளைப் பார்க்கிறார்கள். ஆனால் நான் ஒரு சின்னக் குன்றில் ஏற வேண்டும் என்று மட்டும் நினைக்கிறேன்.'

- செர்கெய் ப்ரின்

'ஒன்றைப் புதிதாகத் தயாரிப்பதற்கும் அசலாக உள்ள ஒன்றுக்கும் எந்தவொரு தொடர்பும் இல்லை. புதிய தயாரிப்பு நம் அடிப்படைவாழ்வாதாரத்தை கட்டமைக்கும் மூலக் கூறுகளை நாடிச் செல்வதுடன் தொடர்புடையது. ஒரு பொருளைத் தயாரிக்க முனைபவர் அதன் பொருட்டு அது உருவாவதன் ஆணி வேரிலிருந்து தன் வேலையைத் தொடங்கினால்தான் அவரது அந்த முயற்சி கைகூடிவரும். அப்படிப்பட்ட வகையில் ஒருவரால் உருவாக்கப்படும் பொருளானது ஆதி மனிதனின் முதல் பதிவுகளின் தொன்மம்உள்ளதாக...நித்தியத்தின் நடனத்தின் மறுதரிசனத்தை அளிப்பதாக இருக்கும்.

- பில்லி மார்ஷல் ஸ்டோன்கிங்

ஆதியிலிருந்து முடிவிலிக்கு...

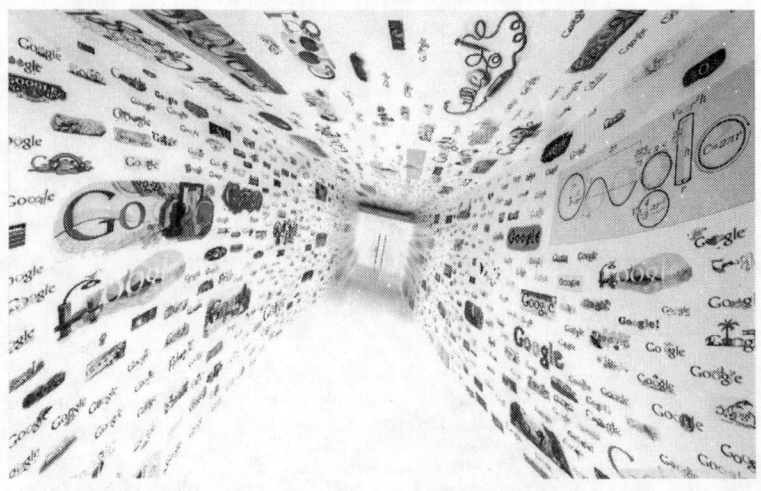

ஒரு மனிதரைப் பற்றியோ அல்லது ஒரு நிறுவனத்தைப் பற்றியோ தெரிந்து கொள்ள வேண்டும் என்றால் அது எங்கிருந்து வருகிறது என்று தெரிந்துகொள்ளவேண்டும். வேறு வார்த்தைகளில் சொல்வதென்றால், இன்று அவர்கள் எப்படி இருக்கிறார்கள் என்பதை அவர்களை எது உருவாக்கியதோ அதைத் தெரிந்து கொள்வதன் மூலமே புரிந்துகொள்ள முடியும். இந்த விஷயத்துக்குச் சிறப்பான உதாரணம் கூகிள்.

கூகிளின் சுற்றுச்சூழலைப் புரிந்து கொள்ள கூகிளின் ஆரம்பத்தைப் பற்றியும், அதன் நிறுவனர்கள் பற்றியும் தெரிந்து கொள்ள வேண்டும். அதைத் தெரிந்து கொள்ளாமல், உலகின் மதிப்புமிக்க ஒரு நிறுவனத்தில், இந்தியாவில் இருந்து சென்ற 41 வயதுக் குடியேறி (சுந்தர் பிச்சை) எப்படி தலைமைப் பொறுப்பேற்றார் என்பதைப் புரிந்துகொள்ள முடியாது.

1998ல் தொடங்கப்பட்ட ஒரு நிறுவனம் மைக்ரோசாஃப்ட் போன்ற பெரிய நிறுவனத்தை எப்படிக் கடந்து சென்றது என்பதைத் தெரிந்து கொள்ள முடியாது.(மைக்ரோசாஃப்ட் இந்தத் துறையில் அசுர வளர்ச்சி பெற்றிருந்த அந்த சமயத்தில் கூகிளின் நிறுவனர்கள் ஸ்டான்ஃபோர்டில் படித்துக்கொண்டுதான் இருந்தார்கள். இப்போதைய தலைமை நிர்வாக அதிகாரி அமெரிக்காவுக்கே செல்லவில்லை). அதேபோல் கூகிளின் கலாசாரத்தை அறிந்து கொள்ளவும், அவர்கள் தொடர்ந்து புதுமையான கண்டுபிடிப்புகளைக் கொண்டுவந்துகொண்டிருப்பது பற்றித் தெரிந்துகொள்ளவும் முடியும்.

சுருக்கமாகச் சொல்வதென்றால், கூகிளும் சுந்தர்பிச்சையும் வருங்காலத்தில் என்ன செய்வார்கள் என்பதைத் தெரிந்து கொள்ள அதன் தொடக்கம் பற்றியும், அதன் நிறுவனர்கள் பற்றியும் தெரிந்து கொள்வது அவசியம்.

விவாதங்கள் வரவேற்கப்படுகின்றன

'எல்லாவற்றையும் விட, கருத்து வேற்றுமை என்பது கற்றலுக்கு நிறைய வாய்ப்பளிக்கும் ஒரு விஷயம்'

- டெரி டெம்பெஸ்ட் வில்லியம்ஸ்

1995ல் ஸ்டான்ஃபோர்டு வளாகத்தில் செர்கெய் ப்ரின்னும், லாரி பேஜும் சந்தித்துக் கொண்டார்கள். ப்ரின் ஒரு புத்திசாலிக் கணித மேதை. 19 வயதுக்குள் கல்லூரிப்படிப்பை முடித்துவிட்டு, டாக்டரேட் படிப்புக்காக ஸ்டான்ஃபோர்டில் சேர்ந்திருந்தார். பேஜும் ஸ்டான்ஃபோர்டின் கடினமான பிஹெச்டி ஆய்வுப்படிப்பில் சேர்ந்திருந்தார்.

இருவரும் பார்வைக்கு மட்டும் வித்தியாசமானவர்கள் அல்ல ப்ரின் கலகலவெனப் பேசும் திறன் கொண்டவர். பேஜ் யாரிடமும் பழகவே நேரம் எடுத்துக் கொள்பவர். இருவரும் வெவ்வேறு

▲ செர்ஜி, எரிக், லேரி

விஷயங்கள் பற்றி பரஸ்பரம் விவாதித்துக்கொள்ள விரும்புவார்கள். சில நேரம் தங்களுக்கே மாற்றான ஒரு கருத்தை எடுத்துக்கொண்டு, அதில் தர்க்கம் செய்து கொண்டிருப்பார்கள். இதன்மூலம் தங்கள் படைப்பாற்றலையும் மூளையையும் உயிர்ப்போடு வைத்துக் கொண்டிருந்தார்கள்.

இப்படி வார்த்தைப் போர் தொடுப்பதையும், தர்க்கம் செய்து கொள்வதில் உள்ள காதலையும் அவர்கள் ஸ்டான்ஃபோர்டோடு முடித்துக் கொள்ளவில்லை. இப்போது வரை பல விஷயங்களை அவர்கள் இப்படித்தான் செய்துகொண்டிருக்கிறார்கள். விவாதங்கள் வரவேற்கப்படும். ஒரு கருத்து, அது வித்தியாசமானதாக இருந்தாலும் ஏற்றுக் கொள்ளப்படும். முழுக்க முழுக்க அந்த விஷயத்தைப் பேசி முடித்தால்தான் இருவரும் ஓய்வெடுப்பார்கள்.

ஸ்டான்ஃபோர்டில் இருக்கும்போது பேஜூம், ப்ரின்னும் வெவ்வேறு ப்ராஜக்டுகளில் வேலை செய்து வந்தார்கள். இதுதான் கூகிளாக உருவெடுத்தது. அவர்களோடு தங்கி இருந்த மற்றவர்கள், அவர்கள் பேசிக் கொண்டே இருப்பதைப் பார்த்துச் சில சமயம் எரிச்சலடைந்திருக்கிறார்கள். கொஞ்சம் கொஞ்சமாக, பேஜுக்கும், ப்ரின்னுக்கும் மட்டுமே தெரிந்து கொண்டிருந்த விஷயம் மற்றவர்களுக்கும் புரிய ஆரம்பித்தது.

ஒரு வெளிப்படையான கலாசாரம் வேண்டுமென்று விரும்பினால், எந்த வன்மமும் இல்லாமல் வெளிப்படையாகத் தர்க்கம் செய்து கொள்ளும் தன்மை வேண்டும். அதை விட முக்கியம், முரண்பாடான விஷயத்துக்காக விவாதம் செய்யும்போது, மூளையின் க்ரே செல்கள் கற்பனை வளத்தோடும் சுறுசுறுப்போடும் இருக்கும்.

போகப் போக இப்படி வெளிப்படையாகத் தர்க்கம் செய்யும் வழக்கம் கூகிள் கொண்டு வரும் ஒவ்வொரு தயாரிப்பிலும் அல்லது வெளியிட நினைக்கும் ஒவ்வொரு தயாரிப்பிலும் இருந்தது நிறுவனத்துக்கு நல்ல பெயரைக் கொண்டு வந்தது இந்த நிறுவனத்தின் கலாச்சாரத்தை உருவாக்க உதவியது. அதுமட்டுமல்ல, கூகிளில் வேலை செய்யும் எண்ணற்ற புத்திசாலி ஊழியர்களைத் தொடர்ந்து கற்பனை வளத்தோடு வைத்திருக்க உதவியது.

இப்படி வித்தியாசமான கருத்துகளை ஏற்றுக்கொள்ள விரும்பும் மனநிலைதான், பிச்சை போன்ற ஒரு ஜூனியர், நிறுவனத்தின் அப்போதைய தலைமை நிர்வாக அதிகாரியான எரிக் ஷிமிட்டிடம், நிறுவனத்துக்கான ஒரு உலாவி(ப்ரவுஸர்) வேண்டும் என்று கேட்க வைத்தது.

ஆரம்பத்தில் இதை ஏற்றுக் கொள்ளாவிட்டாலும், ஒரு கட்டத்தில் எரிக்கை சம்மதிக்கவைத்தது. பிச்சை மற்றும் அவரது குழுவுடன் கூகிளின் சுற்றுச்சூழலும் சேர்ந்துதான் க்ரோமை ஒரு மிகச் சிறந்த வெற்றிகரமான தயாரிப்பாக மாற்றியது.

▼

கூகிள் எடுத்து வைத்த சின்ன அடி; மனிதகுலத்துக்குப் பெரிய வளர்ச்சி

'இந்த நிறுவனத்தில் இருப்பவர்களுக்குச் சிறந்த வாய்ப்புகளைத் தருவதும், இந்தச் சமூக மாற்றத்துக்கு அவர்கள் உழைக்கிறார்கள் என்ற திருப்தியைக் கொடுப்பதும்தான் இந்த நிறுவனத்தில் ஒரு தலைவராக என்னுடைய பணி. ஒரு உலகமாக இதை நாங்கள் நன்றாகவே செய்து கொண்டிருக்கிறோம். கூகிள் ஒரு தலைவனாக இருக்க வேண்டுமே தவிர பின்தொடர்பவனாக அல்ல. இதுதான் என் குறிக்கோள்.'

- லாரி பேஜ்

1995ல் நெட்ஸ்கேப் என்ற தொழில்நுட்ப நிறுவனம் பொது நிறுவனமாக மாறியது. ஒரே நாளில் அதன் பங்குகளின் மதிப்பு மூன்று மடங்கு உயர்ந்தது. இன்றைய தேதிவரை பார்த்தால் முதல் நாளிலேயே அதிகமான பங்குமதிப்பை ஈர்த்துக்கொண்ட ஒரு நிறுவனம் இதுவாகத்தான் இருக்கும். அப்போது அசுர வளர்ச்சி அடைந்திருந்த மைக்ரோசாஃப்டைவிட பெரிய நிறுவனமாக நெட்ஸ்கேப் வளரும் என்று பலரும் எதிர்பார்த்தார்கள்.

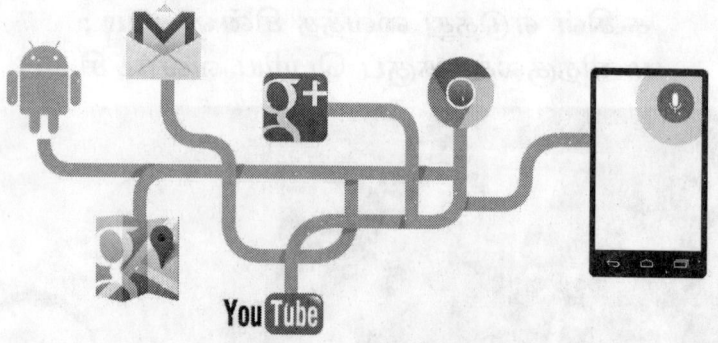

ஸ்டான்ஃபோர்டில் அப்போது படித்துக் கொண்டிருந்த ப்ரின்னும், பேஜும் உற்சாகமடைந்தார்கள். அப்போது எல்லாருமே மிகுந்த உற்சாகத்தில் இருந்தார்கள். பெரிய விஷயங்களைச் சாதிக்கமுடியும் என்ற ஆர்வம் எல்லா மாணவர்கள் கண்களிலுமே இருந்தது. கல்வியையும், தொழில்முயற்சியையும் ஒருசேர ஊக்குவிக்கும் எண்ணம் கொண்ட கல்வி நிறுவனமாக ஸ்டான்ஃபோர்டு இருந்தது அவர்களுக்கு வசதியாக இருந்தது. சன் மைக்ரோசிஸ்டம்ஸ் போன்ற நிறுவனங்கள் ஸ்டான்ஃபோர்டு வளாகத்தில் இருந்து உருவானவைதான். அதுபோல இன்னும் நிறைய நிறுவனங்கள் உருவாகும் என்று ஆசிரியர்களும் மாணவர்களும் அறிந்தே வைத்திருந்தனர்.

இதற்கிடையே ப்ரின்னும் பேஜும் இரண்டு தனித்தனித் திட்டங்களில் வேலை செய்து வந்தனர். இருவரும் ஒன்றாகவே இருந்ததால், தங்களுடைய பணி பற்றி பரஸ்பரம் கலந்துரையாடிக் கொண்டனர். அப்போதுதான் அதுவரை தீர்க்கப்படாத ஒரு பிரச்னைக்கான தீர்வைத் தாங்கள் கண்டுபிடிக்க முடியும் என்பது அவர்களுக்குத் தோன்றியது. அந்தச் சமயத்தில் இணையத்தில் ஒரு தகவலைத் தேடுவது என்பது சவாலான காரியம். வெப்க்ராவ்லர், இங்டோமி, லைகோஸ், இன்ஃபோசீக் போன்ற தேடல் பக்கங்கள் இருந்தாலும் சரியான தகவல் ஒன்றைத் தெரிந்துகொள்ள பல மணி நேரங்களை அவர்கள் செலவு செய்ய வேண்டும்.

ப்ரின்னும், பேஜும் இந்தப் பிரச்னைக்குத் தீர்வு காண முடிவு செய்தார்கள். தங்கள் நண்பர்கள், சில ஆசிரியர்கள் துணையோடு பேஜ்ரேங்க் என்ற இணைப்புகளுக்கான ரேட்டிங் முறை ஒன்றைக் கண்டுபிடித்தார்கள். கூகிளின் முதல்பதிப்பான இதை இணையத்தில் சேர்த்தார்கள். இதற்கு பேக்ரப்(backrub) என்று பெயர். இணையப் பக்கங்களைச் சுட்டும் இணைப்புகளை இது கண்டுபிடித்தது. கடைசியில் கூகிள் என்ற பெயரைத்

தேர்ந்தெடுத்தார்கள். இது கூகோல் என்ற வார்த்தையில் இருந்து எடுக்கப்பட்டது.

கூகோல் என்பது ஒரு எண். ஒன்றுக்குப் பின்னால் நூறு பூஜ்யங்களைக் கொண்ட ஓர் எண். இணையத்தில் இருந்து ஏராளமான பக்கங்களையும் தரவுகளையும் தேடித் தரும் கூகிள் என்பதைக் குறிக்க இந்தப் பெயரை பேஜும், ப்ரின்னும் தேர்ந்தெடுத்தார்கள்.

சீக்கிரமே கூகிளின் பயனர்கள் அதிகரித்தார்கள். இதற்கு நிறையக் கணிப்பொறிகளும், அதை இயக்க அதிக மனித சக்தியும் தேவைப்பட்டது. அப்படியென்றால் பணம் வேண்டும். ஆரம்பத்தில் இவர்கள் இருவரும் குப்பையில் இருந்து பொருட்களை எடுத்துத் தாங்களே கணிப்பொறிகளை உருவாக்கிக் கொண்டிருந்தார்கள். ஆனால் தங்கள் பயனர்களும், அவர்கள் தேவைகளும் அதிகரித்துக் கொண்டிருப்பதை அறிந்த இவர்கள் இப்படிப்பட்ட கணிப்பொறிகளை மட்டும் நம்பிக்கொண்டிருக்க முடியாது என்பதைப் புரிந்து கொண்டார்கள்.

▲ டேவிட் ஃபைலோ

ஸ்டான்ஃபோர்டில் படித்த இன்னொரு தொழிலதிபரான டேவிட்ஃபைலோ(இவர்யாஹூவின் நிறுவனர்களில் ஒருவர்), பேஜும், பிரின்னும் இந்த நிறுவனத்தை உருவாக்க சிறிய அளவில் உதவினார். இந்த நிறுவனம்தான் பின்னாளில் தங்களுக்குப் பெரிய போட்டியாகப் போகிறதென்றோ அல்லது அதற்கும் பின்னாளில் மைக்ரோசாஃப்டுக்கு எதிரான போரில் தங்களுடன் நிற்கப் போகிறதென்றோ அப்போது டேவிட் ஃபைலோவுக்குத் தெரியாது.

பிஹெச்டி படித்துக் கொண்டிருந்த இருவரையும் அதை விட்டுவிட்டு கூகிள் நிறுவனத்தை நடத்தும் வேலையை மட்டும் பார்க்கச் சொன்னார். இருவரும் அதைத்தான் செய்தனர். 1998 நடுவில், சன்மைக்ரோசிஸ்டம் நிறுவனர்களுள் ஒருவரான ஆண்டி பெக்டோல்ஷெய்ம் ஒரு லட்சம் டாலருக்கான காசோலையை அவர்களுடைய முதல் நிதியாக வழங்கினார்.

▼

25 மில்லியன் டாலரில் ஒரு புரட்சி

'தேடல் என்பது மிகவும் சவாலான ஒரு காரியம். சின்னச் சின்ன முன்னேற்றங்கள்கூட அந்தத் தொழில்நுட்பத்தில் முக்கியமான மாற்றங்களை ஏற்படுத்தும். ஒரு நாளைக்குக் கோடானு கோடி இணையத் தேடல்கள் நடை பெறுகின்றன. சரியான விஷயத்தை இணையத்தில் சீக்கிரமாகத் தேடிக் கண்டுபிடிப்பது என்பது இன்றைய தேதியில் பெரும்பாலான வேலைகளில் இருப்பவர்களுக்கு முக்கியத் தேவையாக இருக்கிறது. பயனருக்குத் தேவையான விஷயங்களைச் சரியாக அவர்களிடம் தருவதன் மூலம் கூகிள் தேடல் தொழில்நுட்பத்தில் புரட்சி செய்து கொண்டிருக்கிறது.'

- ஜான் டூயர்

கூகிளை வளர்க்க ப்ரின்னும் பேஜூம் முயற்சி செய்து கொண்டிருந்த சமயம் அது. க்ளெய்னர் பெர்கின்ஸ் காஃபீல்டு - பையர்ஸ் என்பது சிலிகான் பள்ளத்தாக்கில் முக்கியமான வென்ச்சர் கேப்பிடல் நிறுவனம். அதன் நிறுவனர் ஜான் டூயர். செகொயா கேபிடல் என்பது அப்படிப்பட்ட இன்னொரு நிறுவனம். இதன் நிறுவனர்

▲ ஜான் டூயர், மைக்கேல் மோரிட்ஸ்

மைக்கேல் மோரிட்ஸ். இவர்கள் இருவருமே பெரிதாக லாபம் தரக்கூடிய வாய்ப்புள்ள நிறுவனங்களில் முதலீடு செய்வதற்காகத் தேடிக் கொண்டிருந்தார்கள். யாஹூ நிறுவனர்களுக்கு 2 மில்லியன் டாலர் பணம் கொடுத்து அதில் பின்னாளில் லாபம் ஈட்டி இருந்தார் மோரிட்ஸ். யாஹூ நிறுவனத்துக்கான விற்பனையாளராக கூகிளை இவர் பார்த்தார்.

ஜான் டூயர் கிளிலி நிறுவனத்தில் பணம் போட்டிருந்தவர். இவருக்கு இணையத்தின் திறன் மீது மிகுந்த நம்பிக்கை இருந்தது. இதனால் கூகிளின் மீதும் நம்பிக்கையும், ஆர்வமும் இருந்தது.

மற்ற புது நிறுவனங்களைப் போல அல்லாமல் கூகிளுக்கு ஒரு புதிய பிரச்னை வந்தது. பெரு முதலீட்டு நிறுவனங்களில் இரண்டு இவர்களுக்குப் பணம் கொடுக்கக் காத்திருக்கின்றன. ஆனால் இரு நிறுவனங்களுமே சேர்ந்து முதலீடு செய்யத் தயாராக இல்லை. ஒன்று முழுக்கத் தாங்கள் பணம் போட வேண்டும். அல்லது மொத்தமாகவே போடக்கூடாது என்ற முடிவில்தான் டூயரும் மோரிட்ஸும் இருந்தார்கள். பேஜ் மற்றும் ப்ரின்னைப் பொறுத்தவரை இவர்கள் இருவரில் ஒருவர் அவர்களோடு இருக்கப்போகிறார்கள். அல்லது யாருமே இருக்கப்போவதில்லை என்ற நிலை. ஆனால் இவர்கள் இருவருக்கும் அந்த இரு நிறுவனங்களும் கூகிளை எந்த விதத்திலும் கட்டுப்படுத்துவது பிடிக்கவில்லை.இதைத் தவிர்க்க இருவருமே தங்கள் நிறுவனத்தில் முதலீடு செய்தால்தான் தங்கள் கட்டுப்பாட்டுக்குள் நிறுவனத்தை வைத்திருக்க முடியும் என்று பேஜும் ப்ரின்னும் நினைத்தார்கள்.

நிறைய பேச்சுவார்த்தைகளுக்குப் பிறகு இரண்டு நிறுவனங்களும் சேர்ந்து கூகிளில் 25 மில்லியன் டாலர் முதலீடு செய்வது என்று முடிவெடுத்தார்கள். இதற்கான ஒப்பந்தம் 1999 ஜூன் மாதம் கையெழுத்தானது.

தேடல் தொழிலில் இருந்த பெரு நிறுவனங்களோடு போட்டி போடத் தேவையான ஆயுதம் இப்போது கூகிளுக்குக் கிடைத்தாகி

விட்டது. அதைவிட முக்கியமாக, சிலிகான் பள்ளத்தாக்கில் முக்கியமான இரு மனிதர்களை இழுத்து உள்ளே போட்டிருந்தார்கள். அவர்களுடைய ஆலோசனைகளும், அவர்கள் மூலமாகக் கிடைக்கப்போகும் அறிமுகங்களும் அவர்கள் கொண்டு வரும் பணத்தை விட முக்கியமானது. ஆனால் இந்தச் சமயத்தில் இவர்கள் கொடுத்த பணத்தின் மூலம் உலகின் பல மூலைகளுக்குத் தங்கள் இணையப்புரட்சியைக் கொண்டு சேர்க்க இவர்கள் தயாராகி இருந்தார்கள்.

▼

பரந்து விரிந்த தேடல் பரப்பு

▲ பில் கேட்ஸுடன் ஸ்டீவ் ஜாப்ஸ்

'வணிகத்தில் பயன்படுத்தப்படும் எந்த ஒரு தொழில்நுட்பத்தின் முதல் விதி என்னவென்றால், ஒரு திறன் வாய்ந்த செயலுக்குத் தானியங்கி முறை கூடுதல் திறனைக் கொடுக்கும். இரண்டாவது விதி, திறனற்ற ஒரு செயலுக்குத் தானியங்கி முறையைப் பயன்படுத்தினால் அதன் திறமை யின்மை இன்னும் அதிகரிக்கும்'

- பில் கேட்ஸ்

1990ல் உலகின் முதல் தேடுபொறியான ஆர்ச்சியை ஆலன் எம்டேஜ் என்பவர் உருவாக்கினார். 1991ல் மின்னசோட்டா பல்கலைக்கழகத்தைச் சேர்ந்த மார்க் மெக்காஹில் என்பவர் கோஃபெர் என்ற தேடுபொறியைக் கண்டுபிடித்தார். இரண்டுமே எழுத்துகளை மட்டும் தேடின.

இருந்தாலும் இப்போதைய வடிவத்தின் முன்மாதிரியான ஒரு தேடல் எந்திரத்தை 1993ல் உருவாக்கிய மேத்யூ க்ரேவுக்கே முதல் தேடுபொறியை உருவாக்கியவர் என்ற பெருமை கொடுக்கப்படுகிறது. இவருடைய பொறியின் பெயர் வாண்டெக்ஸ். இது இணையம் முழுவதும் தேடிக் குறிப்பிட்ட சில பக்கங்களை மட்டும் எடுத்துத் தரும்.

90களின் ஆரம்பத்தில் இரண்டுவிதமான தேடல்கள் நடைபெற்று வந்தன என்பது ஆச்சர்யமான ஒரு விஷயம். ஒன்று, ஆரம்பகாலத்தில் இணைய விவரப்புத்தகமாக மட்டுமே இருந்தது. இன்னொன்று, இன்றைய தேடுபொறியைப் போன்ற ஒன்றாக இருந்தது. 90களின் இறுதியில் இந்தமுறைதான் மக்கள் விரும்பும் முறையாக இருந்தது.

1993லேயே வாண்டெக்ஸுடன், எக்ஸைட் என்றொரு தேடுபொறியும் உருவானது. இதை உருவாக்கியவர்களும் ஸ்டான்ஃபோர்டில் படித்தவர்களே.

வார்த்தைகளுக்கிடையே உள்ள தொடர்பைப் பகுப்பாய்வு செய்வதன் மூலம் தேடலை இன்னும் சரியாகவும், துரிதமாகவும் ஆக்கியது எக்ஸைட். 1993லேயே எக்ஸைட் திட்டம் தொடங்கிவிட்டாலும் 1995ல்தான் அது வணிக ரீதியாக வெளியானது. 1998ல் கூகிள் வந்தபோது மோசமாக பாதிக்கப்பட்ட நிறுவனங்களுள் ஒன்று எக்ஸைட். கடைசியில் Ask Jeeves என்ற இன்னொரு தேடல் நிறுவனம் இதனை 2004ல் வாங்கியது.

1994ல் டேவிட் ஃபைலோ மற்றும் ஜெரி யாங் என்ற இரண்டு ஸ்டான்ஃபோர்டு மாணவர்கள் யாஹூவைத் தொடங்கினார்கள். யாஹூ தங்களை ஒரு மின்னஞ்சல் நிறுவனமாக மட்டுமே கருதி வந்தாலும், தேடலைத் தங்கள் விவரப்புத்தகங்களின் மூலம் கொடுத்து வந்தார்கள். இவை மனிதர்களால் தொகுக்கப்பட்டு வகைப்படுத்தப்பட்டன. ஆரம்பத்தில் இது பிரபலமாக இருந்தாலும் இணையம் வளர வளர, அவர்களால் சமாளிக்க முடியாமல் போயிற்று.

1990களின் இறுதியில் யாஹூ டைரக்டரிகளுக்கு மதிப்பில்லாமல் போயிற்று. இதனால் யாஹூ மற்ற தேடுபொறிகளைப் பயன்படுத்த வேண்டியதாயிற்று. அவற்றில் ஒன்றுதான் இங்க்டோமி. பல மாதங்கள் கழித்து இதற்கு மாற்றாக வந்தது கூகிள்.

1994ல் சந்தைக்கு வந்த இன்னொரு தேடுபொறி வெப்க்ராவ்லர். வாஷிங்டன் பல்கலைக்கழகத்தைச் சேர்ந்த ப்ரையன் பிங்கெர்டன் உருவாக்கிய இந்தத் தேடுபொறிதான் முழுக்க வார்த்தைகளின் மூலம் தேடலைத் தொடங்கியது. தொடங்கப்பட்ட ஒரு

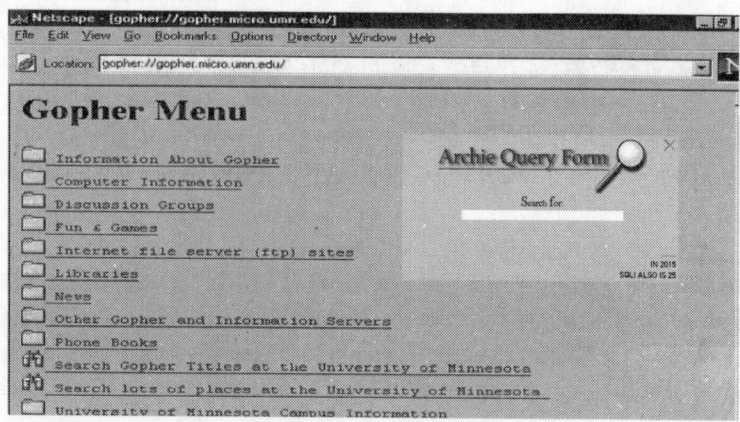

வருடத்துக்குள்ளாகவே விளம்பர வருவாயை மட்டுமே கொண்டு இயங்கிய தேடுபொறியும் இதுதான்.

பின்னாளில் வந்த கூகிள் இதே விஷயத்தைத் தங்கள் பாணியில் செய்தது. 1995ல் கிளிலி வெப்க்ராவ்லர் நிறுவனத்தை வாங்கியது. 1997ல் ஒரு குழப்பமான சூழலில் அவர்களிடம் இருந்து வெப்க்ராவ்லரை வாங்கியது எக்ஸைட். இதனால் இன்னும் பிரச்னைகள் அதிகமாகி, 2001ல் திவாலானது எக்ஸைட். பின்னர் எக்ஸைட் நிறுவனத்தை இன்ஃபோ ஸ்பேஸ் வாங்கியது.

1994ல் இந்தத் தேடல் போர்களுக்கு நடுவே தொடங்கப்பட்ட ஒரு நிறுவனம் லைக்கோஸ். மைக்கேல் மால்டின் உருவாக்கிய இந்த நிறுவனமும் விளம்பர வருவாயை நம்பி நடைபெற்றதுதான். 1999ல் மக்கள் அதிகம் பார்க்கும் ஒரு தேடல் எந்திரமானது லைக்கோஸ். இதே சமயத்தில், ஹாட்பாட் நிறுவனத்துக்குச் சொந்தமான வயர்ட் டிஜிட்டல் உள்ளிட்ட பல கையகப்படுத்தல்களில் தன்னை ஈடுபடுத்திக் கொண்டது லைக்கோஸ்.

1999ல் USA நெட்வொர்க்குடன் ஓர் ஒப்பந்தம் போட்டது லைக்கோஸ். அதன்படி 20 பில்லியன் டாலர் மதிப்புள்ள லைக்கோஸின் 61.5 சதவீத பங்குகள் அவர்களுக்குத் தரப்படும். ஆனால் லைக்கோஸின் சிக்கலான உள்கட்டமைப்பைப் பார்த்துக் குழப்பமான அந்த பங்குதாரர் ஒப்பந்தத்தில் கையெழுத்திடாமலே விலகிவிட்டார்.

அடுத்து 2000ல் டெர்ரா நெட்வொர்க்ஸ் 12.5 பில்லியன் டாலர்களுக்கு அந்த நிறுவனத்தை வாங்கிக் கொண்டது. 2001 டாட்காம் வீழ்ச்சியின் போது லைக்கோஸும் நிறைய அடிவாங்கியதால், அதை வெறும் 95.4 மில்லியன் டாலர்களுக்கு டாம் கம்யூனிகேஷன் நிறுவனத்திடம் விற்றது டெர்ரா நெட்வொர்க்ஸ்.

1994ல் உருவாக்கப்பட்ட இன்னொரு முக்கியமான தேடல் நிறுவனம் இன்ஃபோசீக். ஸ்டீவ் கிர்ஸ்ச் உருவாக்கிய இந்த நிறுவனத்தில் தேடலைப் பயன்படுத்தப் பணம் செலுத்தும் முறை இருந்தது. 1995ல் நெட்ஸ்கேப்பின் முன்தேர்வு செய்யப்பட்ட தேடல் பக்கமாக இன்ஃபோசீக் இருந்தது. 1998ல் டிஸ்னி இன்ஃபோசீக்கை வாங்கியது. அவர்களிடமிருந்து எக்ஸைட் இன்ஃபோசீக்கை வாங்கியது.

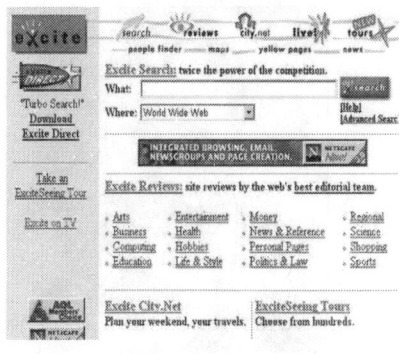

அதற்கு அடுத்த வருடம் இன்ஃபோசீக்கின் பொறியாளர்களுள் ஒருவரான லீ யான்ஹாங் சீனாவுக்குச் சென்று அங்கு பைடு என்ற தேடுபொறியைத் தொடங்கினார்.

இதற்கிடையே 1995ல் DEC ல் உள்ள ஆய்வக விஞ்ஞானிகள் ஆல்டாவிஸ்டாவைத் தொடங்கினார்கள். ஓராண்டுக்குள் யாஹூவுக்கு மட்டும் தேடல் செய்து கொடுக்கும் கருவியாக இது மாறியது.

இரண்டாண்டுகள் கழித்து 1998ல் DECயையே காம்பாக் வாங்கியது. இந்தச் சமயத்தில், மிகச் சிறந்த தேடுபொறியாக இருந்தது ஆல்டாவிஸ்டாதான். 2003ல் வெறும் 140 மில்லியனுக்கு ஆல்டாவிஸ்டாவை வாங்கியது ஓவர்ட்யூர். 2000த்தில் டாட்காம் பிரச்னைக்கு முன் ஆல்டாவிஸ்டாவின் மதிப்பு 2.3 பில்லியனாக

▲ டேவிட் ஃபைலோ மற்றும் ஜெரி யாங்

இருந்தது. அதே வருடத்தில் ஓவர்ட்யூரை வாங்கிய யாஹூ ஆல்டாவிஸ்டாவுக்கு உரிமையாளரானது.

கொஞ்சம் தாமதமாக 1996ல் வந்த தேடுபொறி இங்க்டோமி. எரிக் ப்ரூவர் மற்றும் பால் காத்தியர் ஆகிய இருவரால் ஆரம்பிக்கப்பட்ட இந்த நிறுவனத்துக்கு புராண கால இந்தியச் சிலந்தி ஒன்றின் பெயர் வைக்கப்பட்டிருந்தது. இங்க்டோமி வெறும் தேடுபொறி மட்டுமல்ல. சின்னச் சின்ன மென்பொருள் பயன்பாடுகளையும் உருவாக்கிக் கொண்டிருந்தது. ஓராண்டுக்குள் மென்பொருள் துறையின் பெருநிறுவனமான மைக்ரோசாஃப்ட்டின் பார்வையில் பட்டது இங்க்டோமி. 1998ல் மைக்ரோசாஃப்ட் இங்க்டோமி தேடுபொறியைப் பயன்படுத்தத் தொடங்கியது. அதே ஆண்டில் யாஹூவும் தங்கள் முக்கியமான தேடுபொறியாக இங்க்டோமியைப் பயன்படுத்தத் தீர்மானித்தது. இதனால் வெறும் ஐந்தே மாதத்தில் ஜூன்1998ல் அதன் பங்குமதிப்பு 18 டாலரில் இருந்து 130 டாலருக்கு உயர்ந்தது. 1998ல் AOLம் எக்ஸைட்டில் இருந்து விலகி இங்க்டோமியின் சேவைகளைப் பயன்படுத்திக் கொள்ள ஆரம்பித்தது. MSNம் ஆல்டாவிஸ்டாவுக்கு பதில் இங்க்டோமியைப் பயன்படுத்த ஆரம்பித்தது. ஆனால் 2000த்தின் டாட்காம் பிரச்னையில் இதுவும் மாட்டிக் கொண்டது. 2003ல் 235 மில்லியன் டாலர்களுக்கு இந்த நிறுவனத்தை யாஹூ வாங்கிக் கொண்டது. ஆனால் ஏற்கெனவே செய்திருந்த ஒப்பந்தத்தின்படி

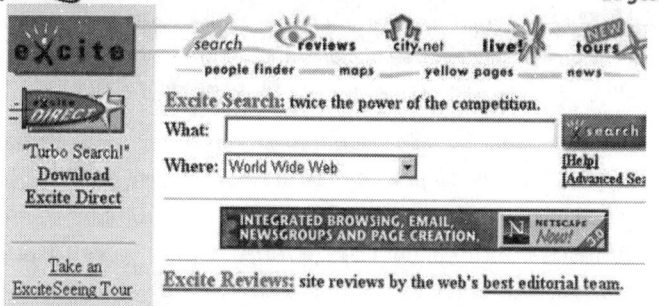

யாஹூவின் எதிரி நிறுவனமான MSNக்கும் தனது சேவைகளைத் தொடர்ந்து கொண்டிருந்தது இங்க்டோமி. இதே சமயத்தில் இந்த சேவையை கூகிளும் யாஹூவுக்குச் செய்துகொடுத்துக் கொண்டிருந்தது.

ஆஸ்க் ஜீவ்ஸ் 1996ம் வருடம் உருவாக்கப்பட்டது. அடுத்த வருடமே பங்கு விற்பனைக்கு வந்தது. எக்ஸைட் வாங்கிய நிறுவனங்களுள் இதுவும் ஒன்று. பயனர்கள் தொடர்ந்து இதைப் பயன்படுத்தியதால் இது முக்கியமான பிராண்டாக வெளிவந்தாலும், அதன் தொழில்நுட்பம் தொடர்ந்து பயனர்களுக்குச் சாதகமாக மாற்றிக் கொள்ளப்படவில்லை. அதனால் கொஞ்சம் கொஞ்சமாகப் பணம் பண்ணும் திறனை இழந்து வந்தது. பின்னர் கூகிளுடன் கூட்டணி சேர்ந்து கொண்டு அதன் சூழலை பயன்படுத்திக் கொள்ள ஆரம்பித்தபின் ஆஸ்க் ஜீவ்ஸுக்கு ஒரு திருப்புமுனை கிடைத்தது.

கூகிள் 1998ல் வெளியே தெரிய ஆரம்பித்தது. பக்கங்களுக்கு ரேட்டிங் கொடுக்கும் அதன் வழிமுறை மிகப் பெரிய வெற்றியைக் கொடுத்தது. தேடலைப் பொறுத்தவரையில் தன் முதல் நாளில் இருந்தே தடம்பதித்து வந்தது கூகிள். யாஹூ, ஏஓஎல், நெட்ஸ்கெப் நிறுவனங்கள் விரும்பும் ஒரு தேடுபொறியாக கூகிள் மாறியது.

1998ல் மைக்ரோசாஃப்ட் MSN searchஐ (பின்னர் இது விண்டோஸ்லைவ் என்றழைக்கப்பட்டது). தொடங்கியது. இது வரை மைக்ரோசாஃப்ட் நிறுவனம் தேடலை ஒரு பெரிய வணிகமாகக் கருதவே இல்லை. அத்தோடும் விளம்பரங்களையும்

பயனர்களையும் ஈர்க்கும் விஷயமாக அவர்கள் மின்னஞ்சலை மட்டுமே கருதி வந்தார்கள். ஆரம்பத்தில் இங்க்டோமியின் சேவைகளைப் பயன்படுத்தி வந்த அவர்கள், 2004ல் தங்களுடைய சொந்தத் தேடல் முறைகளைப் பயன்படுத்த ஆரம்பித்தார்கள். அதற்கு வெகுநாள் பின்னர் அவர்கள் கொண்டு வந்த பிங் தேடுபொறி கூகிளுடன் போட்டி போடத் தயாராக வந்தது.

ஓவர்ட்யூர் தேடல் பிரபலமானது. ஆனால் இது இலவச தேடுபொறியல்ல. 1998ல் பில் க்ராஸ் என்பவர் அறிமுகப்படுத்திய இந்த தேடல் நிறுவனம் முதலில் இருந்தே ஏஓஎல், யாஹூ போன்ற பெருநிறுவனங்களோடுதான் பணி செய்து வந்தது. ஆனால் கூகிள்

இவர்களுக்குப் பெரிய ஆபத்தை அளித்தது. ஏஓஎல் ஓவர்ட்யூரை கைவிடுவதற்கு பேஜும்,ப்ரின்னும் நடத்தி வந்த கூகிள்தான் காரணம்.

இதன் மூலம் 90களிலும், 2000த்தின் ஆரம்பத்திலும் தேடல் தொழிலில் பல நிறுவனங்கள் வந்து போயிருப்பது புலப்படுகிறது. சில நிறுவனங்கள் பெரும் பங்கு வகித்திருக்கின்றன. ஆனால் கூகிள் ஒரு சராசரி தேடுபொறி அல்ல. அவர்களிடம் மிகச் சிறந்த தொழில்நுட்பம் இருந்தது. அடுத்து, அவர்கள் தங்களிடம் பணி புரிய சிறந்த புத்திசாலிகளை மட்டுமே தேடினார்கள்.

▼

புத்திசாலித்தனம் முக்கியம்

‘ஒரு புது நிறுவனம் தொடங்கப்படும்போது அதன் முதல் பத்து ஊழியர்கள்தான் அந்த நிறுவனம் ஜெயிக்குமா, தோற்குமா என்பதை நிர்ணயிக்கிறார்கள். ஒவ்வொருவரும் அந்த நிறுவனத்தின் பத்து சதவிகிதம். அதனால் அப்படிப்பட்ட சிறந்த நபர்களைத் தேர்ந்தெடுக்க ஏன் நேரம் செலவழிக்கக்கூடாது? அவர்களில் 3 பேர் சரியில்லாவிட்டால்கூட உங்கள் நிறுவனத்தின் முப்பது சதவிகிதத்தை இழக்கிறீர்கள் என்று அர்த்தம். ஒரு பெரிய நிறுவனத்தை விட ஒரு சிறிய நிறுவனத்துக்குத்தான் திறமையான ஊழியர்கள் மிகவும் அவசியம்.’

- ஸ்டீவ் ஜாப்ஸ்

கூகிளின் போட்டியாளர்களிடம் இருந்து அதனை வித்தியாசப்படுத்திக் காட்டிய ஒரு விஷயம், அவர்கள் மிகத் திறமையானவர்களை மட்டுமே வேலைக்கு எடுப்பார்கள். ஒரு புதிய நிறுவனமாக இருந்தபோதும் மிக மிகத் திறமையானவர்களை மட்டுமே அவர்கள் எடுத்தார்கள். அதேபோல் எஞ்சினியர்களை மட்டுமே தேர்ந்தெடுக்க அவர்கள் விரும்பினார்கள். வார்டான் அல்லது ஹார்வர்டு பல்கலைக்கழகத்தில் நீங்கள் எம்பிஏ படித்திருந்தாலும், எஞ்சினியரிங் டிகிரி இல்லாவிட்டால் கூகிளில் பணியில் சேர்வது கடினம். மிகப் பெரிய பொருளாதார மேதையாக இருந்தாலும், தொழில்நுட்ப அடிப்படை இல்லாவிட்டால் பேஜையும் ப்ரின்னையும் ஈர்க்க முடியாது.

கூகிளின் முதல் தலைமை நிர்வாக அதிகாரியான எரிக் ஷிமிடைக் கூட அவரது வணிகத் திறமைக்காக அவர்கள் எடுக்கவில்லை. (எரிக் சன் மைக்ரோசிஸ்டம்ஸ், பெல் லேப்ஸில் வேலை பார்த்தவர். நோவெல் நிறுவனத்தின் தலைமை நிர்வாக அதிகாரியாக இருந்தவர்.) ஷிமிட் பிரின்ஸ்டன் பல்கலைக்கழகத்தில் மின்னணுப் பொறியியல் முடித்தவர். அடுத்து பெர்க்லி பல்கலைக்கழகத்தில் கணிப்பொறியில் முதுநிலை படிப்பையும், பிஹெச்டி படிப்பையும் முடித்தவர். யூனிக்ஸில் கில்லாடி என்பதும் ஜாவா மென்பொருள் மொழியைக் கண்டுபிடிக்க

▲ க்ளெய்னர் பெர்கின்ஸுடன் எரிக் ஷிமிட்

உதவியவர் என்பதும்தான் அவர்களுக்கு முக்கியமாகப்பட்டது. அதேசமயம், அப்போதைய கூகிளின் முதலீட்டாளர்கள் க்ளெய்னர் பெர்கின்ஸூம், ஸெகோயா கேபிட்டலும் எரிக் ஷிமிட் போன்ற ஒரு 'பெரியவரின் மேற்பார்வை' கூகிளின் இளைய நிறுவனர்களுக்கு வேண்டும் என்று நினைத்தார்கள்.

ஜோனதன் ரோஸன்பர்க்கையும் அவருடைய பொருளாதார, மேலாண்மைத் திறனுக்காக அவர்கள் எடுக்கவில்லை. தொழில்நுட்ப உலகின் முக்கிய நிறுவனங்களான ஆப்பிள் மற்றும் எக்ஸைட் இரண்டிலும் வேலை பார்த்ததற்காகவே எடுத்தார்கள். 2002ல் இருந்து கூகிளின் தயாரிப்புகளை அறிமுகப்படுத்திய ரோஸன்பர்க் அங்கிருந்து 2011ல் வெளியேறினார். பின்னர் 2014 மோட்டோரோலா மொபிலிடியின் தலைமைச் செயல் அதிகாரியாகப் பணியில் சேர்ந்தார். இவர் லாரி பேஜூக்கு ஆலோசகராகவும் இருந்திருக்கிறார்.

ஷெரில் ஸாண்ட்பெர்கை வேலையில் சேர்க்க எரிக் முடிவு செய்தபோது ஆரம்பத்தில் பேஜூம் ப்ரின்னும் அதை எதிர்த்தார்கள். ஏனெனில் அவர் ஒரு பொறியாளர் அல்ல. ஆனால் அதை மீறி வேலையில் சேர்ந்த ஸாண்ட்பெர்க் தன்னுடைய திறமையை வெகுவாக நிரூபித்தார். அதுமட்டுமல்ல, பின்னாளில் ஃபேஸ்புக்கை ஒரு பணம் பண்ணும் நிறுவனமாக மாற்றியதும் அவர்தான். ஃபேஸ்புக்கின் வருவாய் வெற்றிக்கு அவர்தான காரணம்.

கூகிளின் இன்னொரு முக்கிய நபரான மரிஸ்ஸா மேயர் 1999ல் கூகிளின் 20வது ஊழியராக, அவர்களது முதல் பெண் ஊழியராக வேலையில் சேர்ந்தார். கூகிளின் மொத்தத் தயாரிப்புப் பிரிவையும் ஜோனதன் ரோஸன்பர்க் கையில் வைத்திருந்தபோது, அவருடைய குழுவில் இருந்தார். ஃபார்டியூன் பத்திரிகையின் 40 வயதுகுட்பட்ட 40 முக்கிய நபர்கள் பட்டியலில் ஆறாவது இடத்தில் வந்ததும்,

◄ மரிஸ்ஸா மேயர்

வணிகத்தில் இருக்கும் பெண்களில் உலகின் 16வது இடத்தில் வந்ததும் இவருடைய முக்கிய சாதனை. கூகிள் தேடுபொறியில் மட்டுமல்ல, சிறந்த திறன்களைக் கண்டுபிடிப்பதிலும் முதலிடத்தில் இருக்கிறது என்பதற்கு இவர் ஒரு சாட்சி. 2012ல் மரிஸ்ஸா மேயர் யாஹூவின் அதிபராகவும், தலைமை நிர்வாக அதிகாரியாகவும் பணியில் சேர்ந்தார்.

கூகிள் வளாகத்துக்குள் சிறந்த திறமைகளைத் தொடர்ந்து வளர்த்துக் கொண்டிருக்கும் பேஜ் மற்றும் அவரது குழுவின் தேடல்தான் இன்னொரு முக்கிய சாதனையாளரை அடையாளப்படுத்த அவர்களுக்கு உதவி இருக்கிறது. ரோஸன்பர்கின் குழுவில் மரிஸ்ஸா இருந்தது போல, மரிஸ்ஸா மேயரின் குழுவில் ஒரு காலத்தில் இருந்தவர் சுந்தர் பிச்சை. கூகிள் க்ரோம் திட்டம் அறிமுகப்படுத்தப்படும்போது சுந்தர் பிச்சை மேயரின் குழுவில் இருந்தார்.

கூகிளின் கலாசாரமும், அதன் தந்திரமும் எப்போதும் ஒன்றே ஒன்றுதான். சிறந்த நபர்களைப் பணிக்கு எடுத்து, அவர்களுடைய கற்பனை வளத்துக்கு எந்தத் தடையும் ஏற்படுத்தாமல் சுதந்திரம் கொடுப்பது மட்டும்தான். இப்படித்தான் காலாகாலமாக, சுந்தர் பிச்சையும், அவருக்கு முன் இருந்தவர்களும் தரமான தயாரிப்புகளை வெளிக்கொண்டுவந்து கொண்டிருக்கிறார்கள். இதே விஷயத்தைதான் புதிய தலைவரான பிச்சையும் தொடர வேண்டும். சிறந்த நபர்களைப் பணியில் சேர்ப்பது, அவர்களுக்கு இறக்கைகள் வளர அற்புதமானதொரு சுற்றுச்சூழலை உருவாக்கித் தருவது, அவர்களுக்குப் பறக்கத் தெரிந்து, உயரே பறக்க ஆரம்பித்ததும், வழி விட்டு விலகி நிற்பது!

பகுதி
4

மக்கள் தலைவன்

'எப்போது உன்னுடைய செயல்கள் அடுத்தவர்களை அதிகம் கனவு காண வைக்கிறதோ, கற்றுக்கொள்ள வைக்கிறதோ, செயல்பட வைக்கிறதோ, அல்லது அவர்களை இன்னும் சிறந்த மனிதனாக உருவாக்க வைக்கிறதோ அப்போதே நீ ஒரு தலைவன் ஆகிறாய்'.

- ஜான் க்வின்ஸி ஆடம்ஸ்

'தங்கள் குழுவில் வேலை செய்பவர்களின் தன்னம்பிக்கையை அதிகரிக்க, மிகச் சிறந்த தலைவர்கள் தங்கள் வழக்கமான அணுகுமுறையை மாற்றிக் கூட செயல்படுவார்கள். மக்கள் தங்களை நம்பத் தொடங்கினால், அவர்களால் செய்ய முடியும் விஷயங்கள் ஆச்சரியமாக இருக்கும்'

- சாம் வால்டன்

நல்லவன் வெல்வான்

2014 இறுதியில் கிட்டத்தட்ட கூகிளின் ஒட்டுமொத்தத் தயாரிப்புகளுக்கும் தலைவராக இருந்தார் சுந்தர் பிச்சை. அப்போதே தன்னிடம் இருந்து பொறுப்பை எடுத்துக் கொள்ளத் தனது மாணவனை பேஜ் தயார் செய்ய நினைத்தார் என்றும் சொல்லலாம். சுந்தர் பொறுப்புக்கு வந்ததைப் பற்றி ஓம் மாலிக் என்ற பிரபலமான முதலீட்டாளர், 'நல்ல மனிதர்கள் வெல்வார்கள் என்பதற்கான ஆதாரம் இது' என்று ட்விட்டரில் குறிப்பிட்டிருந்தார்.

இருந்தாலும், கடந்த பத்தாண்டுகளில் சுந்தர் பிச்சை இவ்வளவு பெரிய வெற்றி பெற்றதை, ஒரு நிறுவனத்துக்குள் ஒருவருக்குக் கிடைத்த வெற்றி என்று மட்டும் அடையாளப்படுத்த முடியாது. நல்ல சுற்றுச்சூழலும், பணிக் கலாச்சாரமும் அமைந்தால் திறமையுள்ள மனிதர்கள் தங்கள் முழுத் திறமைகளையும் வெளிப்படுத்த முடியும் என்பதற்கான உதாரணம் அது. அந்த நிறுவனம் கூகிளாகவும், அதன் தலைவர் பேஜ் ஆகவும் இல்லாமல் இருந்திருந்தால், ஒரு சாதாரண மனிதன் இப்படிப்பட்ட ஒரு வெற்றியைப் பெற்றிருக்க முடியாது.

நம்முடைய காலத்தின் முக்கியமான ஒரு நிறுவனத்தில், அது ஏராளமான சவால்களைச் சந்திக்கும் சமயத்தில் அதன் தலைவராகப் பொறுப்பெடுத்திருக்கிறார் சுந்தர் பிச்சை. ஒரு சராசரி நிறுவனம் வாழ்வதற்கே போராட்டங்களைச் சந்திக்கும். ஒரு

நல்ல நிறுவனம் முன்னேறிச் செல்வதற்காகவே வாழும். ஆனால் கூகிள் போன்ற ஒரு சிறந்த நிறுவனம், தன்னுடனேயே போட்டி வைத்துக் கொண்டு, தன்னைத் தானே ஜெயித்துக் கொண்டு, பல நூறு மடங்கு வளர வேண்டும். இதுதான் அந்த நிறுவனத்துக்கான பெரிய சவால். இப்போது வேறு சில விஷயங்களையும் சுந்தர் பிச்சை கவனிக்க வேண்டும்.

சில மாதங்களுக்கு முன் பேஜிடம் இருந்ததை விட இப்போது கூகிள் கொஞ்சம் சிறியதாகி விட்டது. சென்னையில் இருந்து வந்த அந்த மனிதருக்கு இப்போது சவால்கள் அதிகம். சிலவற்றை அவர் உடனுக்குடன் அணுக வேண்டும். இல்லையென்றால் கூகிளுக்கே அது ஆபத்தாக முடியலாம். கூகிளின் சவால்களும் வாய்ப்புகளும் என்னவென்று பார்த்தால்தான் அதன் முன்னால் என்ன பொறுப்பு இருக்கிறதென்று தெரியும்.

சமூக வலைத்தளங்களின் கதை

தலைமைக்குரிய தேர்வுகளில் முக்கியமான ஒன்று, ஒரு பிரச்னை பெரிதாக வெடிக்கும் முன்பே அதைக் கண்டுபிடிக்கும் திறன்'

- ஆர்னால்டு க்ளாஸோ

கூகிளைப் பொறுத்தவரை யாரும் எதிர்பார்க்காத விஷயங்களைச் செய்வதில் புகழ்பெற்றவர்கள், வழக்கத்துக்கு மாறான விஷயங்களைச் செய்து, அவர்களுக்குச் சாதகமான விஷயங்களை

ஏற்படுத்திக் கொள்ளும் திறன் படைத்தவர்கள் என்ற வரலாறு அவர்களுக்கு இருக்கிறது. பங்குச்சந்தையில் அவர்கள் முதன்முதலில் ஈடுபடும்போது அதன் விதிமுறைகளை மாற்றியதோ அல்லது பங்குச் சந்தை பட்டியலிடும் முன்பே தங்கள் பங்குதாரர்களுக்கு வாரன் பஃபெட் வழியில் கடிதம் எழுதியதோ என்று ஆயிரம் உதாரணங்கள் சொல்லலாம்.

கூகிள் எப்போதும் ஆச்சர்யப்படுத்திக் கொண்டே இருக்கிறது. சில சமயம் அதிர்ச்சி கொடுக்கவும் செய்கிறது. அதனால்தான் கூகிளின் நிறுவனர்களாலும், புத்திசாலி ஊழியர்களாலும் ஏன் சமூக வலைத்தளங்களில் மட்டும் முன்னணிக்கு வரமுடியவில்லை என்பது பலரையும் ஆச்சர்யப்படவைக்கிறது.

▼

பொறியியலையும் தாண்டி

ஆரம்பம் நன்றாகத்தான் இருந்தது. சமூகவலைத்தளங்கள் வரிசையில் முதலில் வந்தது மைஸ்பேஸ். இது அறிமுகப்படுத்தப்பட்டதற்கு அடுத்த ஆண்டான 2004ல், கூகிளும் தங்களுக்கான தளமான ஆர்குட் சகிதம் வந்தார்கள். ஆர்குட் அடுத்தடுத்த வருடங்களில் மைஸ்பேஸை நசுக்கி இருக்கும். உலகின் பெரும்பகுதிகளில் இருந்து முக்கியமாக அமெரிக்கா, இந்தியா, பிரேசில் போன்ற நாடுகளில் இருந்து கோடிக்கணக்கானவர்களைத் தன்னை நோக்கி ஈர்த்துக் கொண்டுதான் இருந்தது ஆர்குட். ஆனால் மைஸ்பேஸை நசுக்கியது கூகிள் அல்ல. புதிதாக வந்த ஒரு சிறுவன் தி ஃபேஸ்புக்.காம்.

ஆர்குட் ஆரம்பித்த ஒரு மாதத்துக்குள்ளேயே தொடங்கப்பட்ட ஃபேஸ்புக், சீக்கிரமே மற்ற எல்லா சமூக வலைத்தளங்களையும் தாண்டி, தனக்கான இடத்தைப் பிடித்தது. 2008ல் ஃபேஸ்புக் (இப்போது தி ஃபேஸ்புக் என்பதற்கு பதில் வெறும் ஃபேஸ்புக் என்று அழைக்கப்பட ஆரம்பித்திருந்தது) ஆர்குட்டையும், மைஸ்பேஸையும் தாண்டி சமூக வலைத்தளங்களின் நாயகனானது. அதற்கடுத்தடுத்த வருடங்களில் ட்விட்டர், டம்ப்ள்ர், க்வாரா, டிக், ஃபிக்கர், ரெடிட், பிண்ட்ரெஸ்ட், இன்ஸ்டாக்ராம் என்று பல வலைத்தளங்கள் வந்தன.

கூகிள் 2008ல் கூகிள் ஃபிரெண்ட்கனெக்ட் என்ற ஒன்றைக் கொண்டு வந்தது. ஆர்குட் தோற்றுப்போனதற்குப் பல காரணங்கள் இருந்தன. முக்கியமான காரணம், இளைஞர்களுக்கான சமூகத் தளமாக, பயனர்களிடையே உற்சாகத்தைத் தூண்டுவதாக அது இல்லை. அது ஒரு நல்ல பொறியியல் தயாரிப்பாக மட்டுமே இருந்தது.

தோல்விக்குப் பஞ்சமில்லை

கூகிள் ஃபிரெண்ட் கனெக்ட் ஆரம்பத்தில் கொஞ்சம் பிரபலமாவது போல இருந்தது. இதன் மூலம் வலைப்பதிவர்கள் தங்களைப் பின்பற்றுபவர்களை அதிகரிக்க முடிந்தது. ஆனால் அந்த ஒரு விஷயத்தைத் தவிர, குறிப்பிட்டுச் சொல்லும்படியான வசதி எதுவும் இந்தத் தளத்தில் இல்லை. ஆரம்பித்த நான்கே வருடங்களில், 2012ம் ஆண்டு மார்ச் மாதத்தில் இந்தத் தளம் மூடப்பட்டது. இதனால் வலைப்பதிவர்கள் பலர் தங்களைப் பின்தொடரும் கூட்டத்தை இழந்தார்கள். இதனால் வலைப்பதிவர்கள் மத்தியில் கூகிளின் பெயர் கெட்டுப்போனது.

இதற்கிடையே கூகிள் தனது மூன்றாவது சமூக வலைத் தளத்தை அறிமுகப்படுத்தியது. இதற்கு 'கூகிள் பஸ்' (Google buzz) என்று பெயரிட்டிருந்தார்கள். இந்தச் சமயத்தில் கூகிளைக் கவனித்து வருபவர்களிடம் ஒரு கேள்வி எழும்ப ஆரம்பித்தது. கூகிள் உருவாக்கும் சமூக வலைத்தளங்கள் வெற்றிபெறவில்லை என்பதால் அவற்றை இழுத்து மூடுகிறார்களா அல்லது இவர்கள் சீக்கிரமே அவற்றை மூடுவதால், பயனர்கள் கூகிளின் சமூக வலைத்தளங்கள் மேல் மதிப்பை இழக்கிறார்களா என்பதுதான் அந்தக் கேள்வி.

ஃபேஸ்புக் உள்ளிட்ட பிற சமூக வலைத்தளங்களுக்கு ஈடுகொடுக்கக்கூடிய ஒரு வலைத்தளத்தை உருவாக்க கூகிள் முழு ஈடுபாட்டுடன் முனையவில்லை என்றும் சொல்லலாம். அது ஒருபக்கம் இருக்கட்டும். கூகிள் பஸ் ஆரம்பித்த ஒரே வருடத்தில் மூடப்பட்டது. 2010ல் அறிமுகப்படுத்தப்பட்ட அதன் விதி 2011ல் முடிந்துபோனது. ஃபேஸ்புக் (சமூக வலைத்தளம்)

மற்றும் ட்விட்டர் (குட்டி வலைப்பதிவு) இரண்டோடும் போட்டி போடுவதற்காக உருவாக்கப்பட்ட பஸ் மூடப்பட்ட விஷயம், சமூக வலைத்தளங்கள் விஷயத்தில் கூகிளின் மூன்றாவது தோல்வியாகத்தான் கருதப்பட்டது.

கடைசியாக ஜூன் 2011ல், 'இப்படித்தான் எங்கள் சமூக வலைத்தளம் இருக்கவேண்டும்' என்று சொல்வது போல நான்காவது மாடல் ஒன்றை உருவாக்கி வெளியிட்டனர் கூகிள் நிறுவனத்தினர். அதுதான் கூகிள் ப்ளஸ். தனிப்பட்ட ஒருவரின் ஆர்வம் சார்ந்த ஒரு சமூக வலைத்தளமாக இது அறிமுகப்படுத்தப்பட்டது. இருந்தாலும், போகப்போக கூகிளின் மற்ற பயன்பாடுகளோடு இது இணைக்கப்பட்டது. இதனால் கூகிள் ப்ளஸ் பயனர்களின் எண்ணிக்கை அதிகமானாலும், உண்மையில் பயன்படுத்துபவர்கள் குறைவாகவே இருந்தனர். இதற்குக் காரணம் கூகிளின் மற்ற சேவைகளைப் பயன்படுத்துவர்கள் எல்லோரும் கூகிள் ப்ளஸ் பயனர்களாகவும் ஆனார்கள்.

உதாரணமாக, கூகிள் மின்னஞ்சலைப் பயன்படுத்தும் ஒருவர், அவராக எந்த முயற்சியும் எடுக்காமல் கூகிள் ப்ளஸ் பயனர் ஆகவும் ஆகிவிடுவார். ஆனால் அதற்காக அவர் கூகிள் ப்ளஸ்ஸைப் பயன்படுத்துவார் என்று சொல்ல முடியாதல்லவா? மற்ற சமூக வலைத்தளங்களோடு ஒப்பிடும்போது கூகிள் ப்ளஸ்ஸை அவர்கள் மிகமிகக் குறைவாகவே பயன்படுத்தினார்கள். 2013ல் கூகிள் ப்ளஸ் பயனர்களின் எண்ணிக்கை கிட்டத்தட்ட 54 கோடியாக இருந்தது. ஆனால் அதிகபட்சம் அவர்கள் மூன்று நிமிடங்கள் பயன்படுத்தி இருந்தாலே அதிகம். ஆனால் ஃபேஸ்புக்கைக் கிட்டத்தட்ட ஏழரை மணி நேரத்துக்கும் மேல் பயன்படுத்தி இருந்தார்கள். இந்தக் கணக்கே மொத்தக் கதையையும் சொல்லிவிடும்.

இந்தக் கதையின் உச்சம் 2015 மத்தியில் நடந்தது. கூகிள், கூகிள் ப்ளஸ்ஸை இழுத்து மூடிவிட்டு அதை இரண்டு பிரிவுகளாக புகைப்படங்கள் மற்றும் தரவுகளாகப் பிரிக்க முடிவெடுத்தது. இதனால் என்ன வித்யாசம் நேர்ந்துவிடுமென்று யோசிக்காமல் வெறும் அனுமானங்களின் அடிப்படையில் இந்த முடிவை எடுத்தது கூகிள். அதோடு கூகிளின் தேடுபொறி ஃபேஸ்புக்குக்குத் தன் கதவைத் திறக்காமலேயே இருந்தது. ஃபேஸ்புக் வளர வளர, கூகிளுக்குக் கிடைக்காமல் போகக்கூடிய தகவல்களும் அதிகரிக்கவே செய்யும். உலகெங்கும் உள்ள தகவல்களைப் பயனர்களுக்குத் தர வேண்டும் என்று யோசிக்கும் ஒரு நிறுவனம் ஃபேஸ்புக் மாதிரியான பெரிய தளங்களை உள்ளே சேர்க்காமல் இருப்பதே ஒரு சவால்தான்.

தற்போது சமூக வலைத்தளங்களுக்கான போட்டியில் அவர்கள் ஓடமுடியவில்லை என்பது கூகிளுக்கு ஒரு சின்னப் பிரச்னையாகத்

தோன்றினாலும், வெகு சீக்கிரமே இது ஒரு நெருக்கடியைக் கொடுத்தாலும் கொடுக்கும். அடுத்தடுத்த மாதங்களில் செய்ய வேண்டிய விஷயங்களாகப் பிச்சை இதையும் குறித்துக் கொள்ள வேண்டும்.

பதினேழு வருடங்களுக்கு முன் தேடல் என்பது எப்படிப்பட்டதாக இருக்க வேண்டும் என்று மாற்றி யோசித்த இந்த நிறுவனம், சமூக வலைத்தளங்கள் விஷயத்திலும் இப்படி யோசிக்க வேண்டும்.

▼

கூகிளின் விளம்பர ஆதிக்கம் தாக்குதலில் இருக்கிறதா?

'பணம் பண்ணுவது மிக எளிதாக இருந்தால், நிஜமான கண்டுபிடிப்புகளுக்கும், தொழில் முனைவுக்கும் இடையே நிறையக் குழப்பம்தான் உருவாகி இருக்கும். சிலிக்கான் பள்ளத்தாக்கின் சிறந்த விஷயங்களை அவற்றின் மோசமான நேரங்களே வெளிக்கொண்டு வந்திருக்கின்றன'

- செர்கெய் ப்ரின்

2014ல் விளம்பரங்களின் மூலமாகக் கிடைத்த வருவாய் மட்டும் கிட்டத்தட்ட 5906 கோடி டாலர் இருக்கும். இது அந்த வருட கூகிளின் வருவாயில் கிட்டத்தட்ட 90 சதவிகிதம். கூகிளுக்கு விளம்பர வருவாய்தான் அதிகம் என்று சொல்ல ஒரு புத்திசாலி தேவையில்லை.

இதனால் விளம்பர வருவாய் குறைந்தால் அந்த நிறுவனம் என்ன ஆகும் என்பதோ அல்லது ஆன்லைன் விளம்பரங்கள் வரும் முறையே மாறினால் என்ன ஆகும் என்பதோ யோசிக்க முடியாத விஷயங்கள்.

கூகிளை விட சிறந்த, புத்திசாலித்தனமான தொழில்நுட்பத்தை வேறு யாராவது கொண்டு வந்தால், கூகிள் பின்னுக்குத் தள்ளப்படும் அபாயம் இருக்கவே செய்கிறது. தொழிலை வளர்க்க விரும்பினால் தொழில்நுட்பத்தில் ஆழமான நுண்ணறிவு இருக்க வேண்டும் என்று எரிக் ஷிமிட் மற்றும் ஜோனதன் ரோஸன்பர்க் இருவருமே நம்பினார்கள்.

தொழில்நுட்ப நுண்ணறிவு என்றால் என்ன?

எளிமையாகச் சொல்வதென்றால், ஒரு தயாரிப்போ அல்லது தளமோ எந்த யோசனையின் அடிப்படையில் கட்டப்பட்டிருக்கிறதோ அதுதான் என்று சொல்லலாம். பழைய பிரச்னைக்குப் புதிய தொழில்நுட்பத்தைப் பயன்படுத்திப் பார்ப்பதாகவோ (இப்படித்தான் கூகிள் பிறந்தது) அல்லது உலகத்தையே மாற்றக்கூடிய அளவுக்கு ஒரு புது யோசனையாகவோ (மொபைல் விளம்பரங்கள் விஷயத்தில் இன்மொபி செய்வது போல) இருக்கலாம். விளம்பரங்கள் சார்ந்த விஷயங்கள் காலப்போக்கில்

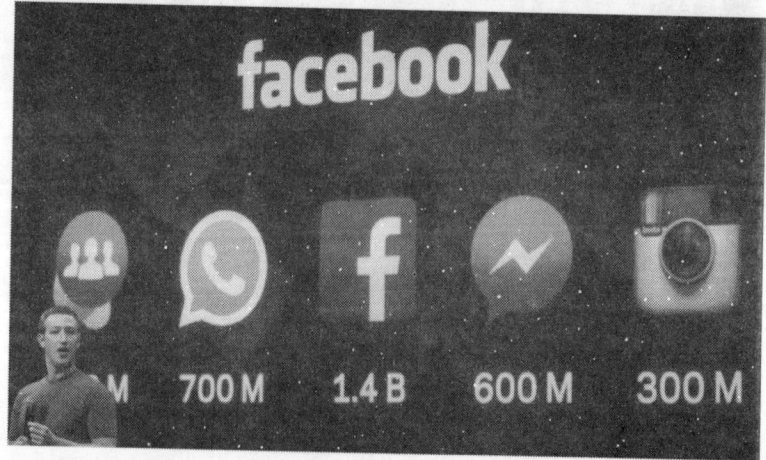

மாறி வருவதால் கூகிள் பல தரப்புகளில் இருந்தும் சவால்களைச் சந்திக்கலாம்.

சமூக வலைத்தளங்களிடம் இருந்து போட்டி

விளம்பரங்கள் விஷயத்தில் கூகிளுக்குப் போட்டியாக ஒரு பக்கம் சமூக வலைத்தளங்கள் இருந்து வருகின்றன. கிட்டத்தட்ட நூறு

கோடிப் பயனர்களைக் கொண்டிருக்கிறது ஃபேஸ்புக். அத்தோடு, பயனர்கள் என்ன மாதிரி தரவுகளைப் பயன்படுத்துகிறார்கள் என்றும் அவர்களால் கணிக்க முடியும். அதனால் விளம்பர வருவாய் கூகிளின் பணப்பெட்டியில் இருந்து சமூக வலைத்தளங்கள் பக்கம் மாறுகிறது என்பதைப் புரிந்து கொள்ள முடிகிறது. மேலும், அந்தத் தரவுகளை கூகிள் பயன்படுத்த முடியாது என்பது பிரச்னையை இன்னும் சிக்கலாக்குகிறது.

அதேபோல் கூகிளுக்கு ஃபேஸ்புக்கின் வீடியோ பதிவுகளாலும் பிரச்னைதான். இந்தச் சமூக வலைத்தளத்தின் வீடியோ படங்கள் பார்ப்பவர்களின் எண்ணிக்கை பெருமளவு அதிகரித்து உள்ளது. அதேபோல ஸ்பாட்டிஃபை, பண்டோரா போன்றவையும் கூகிளுக்குப் பெரும் போட்டியைக் கொடுக்கின்றன. யூடியூப் என்னதான் முதல் இடத்தில் இருந்து வந்தாலும், வித்யாசப்படுத்திக் காட்ட எதுவும் செய்யாவிட்டால் கூகிள் தன்னுடைய முதலிடத்தை இழக்க நேரிடலாம்.

கூகிள் சந்திக்கும் இன்னொரு சவால், அது இப்போது முதலிடத்தில் இருக்கும் PPCயில். Pay per click - அதாவது கூகிளில் வரும் விளம்பரங்களில் பயனர்கள் அழுத்திப் பார்க்கும் ஒவ்வொரு முறைக்கும் பணம் கூகிளுக்குப் போய்ச் சேரும். சமீப காலமாக இதற்கான விலை குறைந்து வருகிறது. இதற்குக் கணிப்பொறி, மொபைல் பயன்பாட்டு விகிதம்கூடக் காரணமாக இருக்கலாம். மொபைலில் கூகிளை (அல்லது பிற தளங்களை) அழுத்திப் பார்ப்பதற்குப் பணம் குறைவுதான். கணிப்பொறியைவிடக் கைப்பேசி பயன்படுத்துபவர்கள் எண்ணிக்கை அதிகரிப்பதால் இன்னும்கூட இது குறையலாம்.

ஆனால் இதைப் புரிந்து கொள்வது முக்கியமான விஷயம். பல ஆய்வாளர்கள் ஓர் அழுத்தலுக்கான விலை குறைவதை (cost per click) கூகிளுக்குப் பிரச்னையாகவே கருதுகிறார்கள். அது உண்மையாக இல்லாமல்கூட இருக்கலாம். கைப்பேசி அழுத்தல்கள் குறைவான விலைக்கு வருகின்றன என்பது ஒரு விஷயம். இதைப் பற்றிச் சொல்லும்போது இன்னொன்றையும் சொல்லவேண்டும்.

கைப்பேசியில் விளம்பரங்களை அழுத்துபவர்களின் எண்ணிக்கை அதிகரித்து வருகிறது; இதனால் கைப்பேசியில் அதிக அழுத்தல்கள் என்பதை நல்ல விஷயமாகவும் எடுத்துக் கொள்ளலாம்.

இரண்டாவது, அமெரிக்கா போன்ற பெரிய சந்தைகளில் இந்த விலை குறைந்து வருவதாகச் சொல்ல முடியாது. இதனால் இந்தியா போன்ற புதிய சந்தைகளில் கூகிளின் பங்கு அதிகமாகி வருவதாலும் இந்த விலை சராசரியாகப் பார்க்கும்போது குறைவதாகத்

தோன்றலாம். இதனால் பெரிய சந்தைகளில் ஓர் அழுத்தலுக்கான விலை குறையாமல் இருக்கும்வரை அதைப் பற்றிப் பெரிதாகக் கவலைப்படத் தேவையில்லை.

இந்தக் கதை ஊடகங்களிலும், பங்குச் சந்தைகளிலும் எப்படி வெளியாகிறது என்பதில்தான் கூகிள் கவனமாக இருக்க வேண்டும். பங்குச் சந்தையில் ஈடுபடுபவர்கள் கலவரமடைவதாலோ அல்லது ஆர்வமடைவதாலோ பங்குகள் வீழ்ச்சியடைவதையும், ஏறுவதையும் பார்த்துக் கொண்டுதான் இருக்கிறோம். மைக்ரோசாஃப்ட் இதேபோன்றதொரு சூழலைச் சந்தித்திருக்கிறது.

பால்மர் தலைமை நிர்வாக அதிகாரியாக இருந்தபோது வருவாய் அதிகரித்தது. ஆனால் அந்த நிறுவனத்தில் இருந்து எந்தப் புதிய தயாரிப்புகளும் வராததால் அதன் பங்கு மதிப்புகள் ஏற்றமடையவில்லை. அதுமட்டுமல்ல, அப்போது மைக்ரோசாஃப்டைப் பற்றிப் பத்திரிகைகளில் வந்த விஷயங்களாலும் அதன் மதிப்பு குறைந்தது எனலாம். மைக்ரோசாஃப்டின் விதி தனக்கும் வராமல் இருக்கக் கூகிள் கவனமாக இருக்க வேண்டும்.

▼

இன்மொபி அடுத்த கூகிளா?

பதினாறு வருடங்கள் முன்பு, தேடலை மாற்றி யோசித்ததன் மூலம் கூகிள் உலகையே ஓர் உலுக்கு உலுக்கியது. அதேபோல் தங்கள் விளம்பரதாரர்களை விடப் பயனர்களை மனத்தில் கொண்டு விளம்பரத்தை வடிவமைத்ததிலும் அவர்கள் முன்னோடியாக இருந்தார்கள்.

இப்போது பல வருடங்கள் கழித்து இதே விஷயத்தை அவர்கள் இடத்தில் இன்மொபி என்ற இன்னொரு நிறுவனம் செய்திருக்கிறது. இணைய விளம்பரங்களைத் தங்கள் தொழில்நுட்பத்தின் மூலம் மாற்றியமைத்து, உலகின் பெரிய கைபேசி விளம்பர வளையத்தை உருவாக்கி இருக்கிறார்கள். இதனால் அதிகம் நஷ்டமடையப்போகும் ஒரு நிறுவனமாகக் கூகிள் இருக்கிறது.

mkhoj (mkhoj - mobile தேடல். khoj என்றால் ஹிந்தியில் தேடல் என்று பொருள். m - mobile என்பதற்கான சுருக்கம்)என்ற பெயரில் ஒரு இந்திய குறுஞ்செய்தித் தளமாக அறிமுகமான இன்மொபி குறுஞ்செய்தி விளம்பர வளையமாக மாறியது. ஆரம்பத்தில் மும்பை முதலீட்டாளர்களிடம் பணம் பெற்றுச் செயல்பட்டு வந்த mkhoj, போகப்போக இந்தியாவின் கலாசார நுணுக்கங்கள் இதற்கு ஒத்துவராது என்று முடிவு செய்தனர்.

தகவல் தேவைப்பட்டால் பக்கத்தில் இருக்கும் எவரையும் நம்பும் மனிதர்களைக் கொண்ட நம் நாட்டில் mkhoj முதலில் எதிர்பார்த்த வெற்றியைப் பெறவில்லை. இதனால் அதன் வணிகப் போக்கை மாற்றி அமைத்தார்கள் அதன் நிறுவனர்கள். 2007ல் பெயரையும் உலகத்தவருக்குப் பொதுவான மொழியில் inmobi என்று வைத்தார்கள். ஒரு குறிப்பிட்ட காலத்துக்குப் பிறகு க்ளெய்னர் பெர்கின்ஸ் காஃபீல்டு அண்டு பையர்ஸ் மற்றும் ஷெர்பாலோ வென்ச்சர்ஸ் முறையே 71 லட்சம் டாலர்களும், 80 லட்சம் டாலர்களும் கொடுத்தார்கள். அடுத்து சாஃப்ட்பேங்கும் இன்மொபியில் கிட்டத்தட்ட 20 கோடி டாலர்களை முதலீடு செய்யவே, ஏற்றம் பெறத் தொடங்கியது இன்மொபி.

2014 இறுதியில் உலகம் முழுவதிலும் கைப்பேசி விளம்பரங்களுக்கான சரியான தளமாக இன்மொபி அமைந்தது. கிட்டத்தட்ட 200 நாடுகளில் கோடிக்கணக்கான பயனர்களுடன் அதன் பரப்பு விரிந்திருந்தது. 2015 ஜூலையில் விளம்பரங்களை மாற்றியமைக்கும் வேலையைத் தொடங்கியது இன்மொபி. பயனர் விளம்பரங்களுக்கான கண்டுபிடிப்புத் தளம் ஒன்றை உருவாக்கினார்கள். இதற்கு Miip என்று பெயர் சூட்டினர்.

உலகெங்கும் உள்ள மற்ற மொபைல் விளம்பர தளங்களை இது பாதிக்கத் தொடங்கியது. அதுவரை இன்மொபி முக்கியமான ஒன்றாகக் கருதப்பட முடியாவிட்டாலும்கூட, Miip அந்தக் கருத்தை மாற்றியது. ஃபேஸ்புக்கும், கூகிளும் இதைக் கவனிக்க ஆரம்பித்தார்கள். 100 கோடி டாலர்களுக்கு இன்மொபியை கூகிள் வாங்க இருக்கிறது என்று வதந்திகள் கிளம்பின. இந்த வதந்திகள் உறுதி செய்யப்படவில்லையென்றாலும், கைப்பேசி விளம்பர உலகில் இன்மொபி தடத்தைப் பதித்ததை அவை உறுதி செய்தன.

▲ நவீன் திவாரி, இன்மொபி

இன்றைய ஸ்மார்ட்போன் பயனர்களின் முக்கியமான கவலை எக்கச்சக்க விளம்பரங்கள் அவர்களது கைபேசியில் தள்ளப்படுகின்றன என்பதுதான். ஏற்கெனவே சின்னதாக இருக்கும் திரையில் இந்த விளம்பரங்கள் துருத்திக் கொண்டு நிற்பது பயனர்களை எரிச்சலடையத்தான் வைக்கிறது. அதிலும் பல விளம்பரங்களுக்கும், அந்தக் கைப்பேசியின் பயனர்களுக்கும் தொடர்பே இருப்பதில்லை. இங்கேதான் Miipன் பயன்பாடு வருகிறது.

பயனர்கள் பார்க்கும் விஷயங்களுக்கேற்ப விளம்பரங்களையும், தரவுகளையும் தர இது உதவுகிறது. தவிரவும், சட்டென்று வேறு எதுவும் நுழைய முடியாதபடி இது செயல்படுவது பயனர்களுக்கு உற்சாகமூட்டுகிறது. அதேபோல இன்மொபியின் விளம்பரதாரர்களுக்குச் சரியான பயனர்கள் கிடைக்கிறார்கள். இது இரண்டு பக்கமும் வெற்றிதான். அதேபோல பயனர்களுக்கும் தேவையற்ற விளம்பரங்களுக்குப் பதில், தங்கள் தேவை உடனடியாக நிறைவேற வாய்ப்பு கிடைப்பது நல்ல விஷயம்தான்.

நூறு கோடிக்கும் அதிகமான பயனர்களைக் கொண்ட இன்மொபி என்ற ஒற்றைப் போட்டியாளரிடமே கூகிள் நிறைய வருவாயை இழப்பதற்கான சாத்தியக்கூறுகள் இருக்கின்றன. இதே போல நூறு கோடி பயனர்கள் உள்ள இன்னொரு நிறுவனமான ஃபேஸ்புக்கிடம் இழப்பதையும் சேர்த்தால் கூகிளின் வருவாய் இழப்பு என்பது கவலை கொள்ள வேண்டிய விஷயம்தான்.

தங்கள் உலகளாவிய விளம்பர வருவாயில் ஃபேஸ்புக், மைக்ரோசாஃப்ட், யாஹூ, ட்விட்டர், மில்லினியல் மீடியா, இந்த வரிசையில் இன்மொபியோடும் கூகிள் போட்டியிட வேண்டியது தவிர்க்க முடியாத விஷயம்.

▼

சிங்கத்துக்குப் போட்டியாக சிங்கம்

'ஆட்டைத் தலைவனாகக் கொண்டு வரும் சிங்கக்கூட்டத்தைப் பார்த்து நான் பயப்பட மாட்டேன். சிங்கத்தைத் தலைவனாகக் கொண்டு வரும் ஆடுகளின் படையைப் பார்த்தால்தான் எனக்கு பயம்'

- மாவீரர் அலெக்ஸாண்டர்

கைப்பேசியின் கதை

கடந்த சில வருடங்களாக இரண்டு கதைகள்தான் ஐடி மாநாடுகளிலும், விவாதங்களிலும் பேசப்பட்டு வருகின்றன. ஒன்று, மேகக்கணிமை பற்றியது. இன்னொன்று, கைப்பேசிகளின் கதை.

ஒரு வருடம் முன்னால்தான் 'கைபேசிக்கு முன்னுரிமை' மற்றும் 'மேகக் கணிமைக்கு முன்னுரிமை' கொடுக்கப்போவதாக சத்யா நடேலா பேசி இருக்கிறார்.

கணிப்பொறிகள் விஷயத்தில் பலமாக இருந்த மைக்ரோசாஃப்ட் மற்றும் அதன் விண்டோஸ் இரண்டும் கைப்பேசிகளின் வரவால் கொஞ்சம் களையிழந்துதான் போயின. அதேசமயம், அவர்களால் அறிமுகப்படுத்தப்பட்ட விண்டோஸ் போன் 8.1 ஆண்டிராய்டிலும், ஐபோனிலும் உள்ள பல நல்ல விஷயங்களைக் கொண்டிருந்தது. ஆண்டிராய்டு முதல் இடத்தில் இருந்தாலும் (ஸ்மார்ட்ஃபோன்களில் அதிகம் பயன்படுத்தப்படும் ஆப்பரேட்டிங் சிஸ்டம் அதுதான்), ஐஓஎஸ்(ஆப்பிள்) மற்றும் நடேலாவால் உருமாற்றம் அடைந்த விண்டோஸ் போன்களும் நல்ல போட்டியைக் கொடுக்கின்றன. விண்டோஸ் கைப்பேசியில் உள்ள நல்ல விஷயங்கள்மீது கூகிள் கவனம் செலுத்த வேண்டிய நேரம் வந்துவிட்டது.

கூகிள் லெனோவாவிடம் மோட்டோரோலாவை விற்ற அதே சமயத்தில், மைக்ரோசாஃப்ட் நோக்கியாவை வாங்கியிருப்பது அதற்குக் கூடுதல் பலனைத் தருகிறது. சந்தையில் குறைவான விலையிலும், அதிக வசதிகளுடன் கூடிய நோக்கியா லூமியா 1020 போன்ற மாடல்களிலும் இது வருகிறது. இதனால் விண்டோஸ் கைப்பேசி பயனரின் பணத்துக்குச் சரியான தேர்வாக இருக்கிறது.

செயலிகளைப் பொறுத்தவரை மைக்ரோசாஃப்டை விட ஆண்டிராய்டு அதிகத் தேர்வுகளைத் தருகிறது. அதே நேரம் இவர்கள் தரும் செயலிகளின் தரம் ஆண்டிராய்டை விடக் கொஞ்சம் அதிகமாகவே இருக்கிறது. ஒரு பயனரைப் பொறுத்தவரை ஒரு செயலியில் இருந்து அடுத்தடுத்த விஷயங்களைச் செய்வதென்பது திருப்திகரமான அனுபவமாகவே உள்ளது. அறிவிப்புகள் எல்லாம் ஒரே இடத்தில் இருக்கின்றன. புகைப்படங்களை இன்னொருவரோடு ‘டேக்’ செய்வது ஆண்டிராய்டை விட எளிதாக இருக்கிறது.

மொத்தத்தில், இன்றைய காலகட்டத்துக்கு ஏற்ற மாதிரி எல்லாம் கலந்த சரியான கலவையாக விண்டோஸ் கைப்பேசி இருக்கிறது.

மைக்ரோசாஃப்டின் மென்பொருளைப் பயன்படுத்தும் வாடிக்கையாளர்கள் இந்தக் கைப்பேசியில் அவுட்லுக், ஸ்கைப் போன்றவற்றைப் பயன்படுத்தும்போது நிம்மதிப் பெருமூச்சு விடுகின்றனர். அதுமட்டுமல்ல, எல்லாவிதமான கருவிகளில் வேலை செய்ய முடிவது ஆண்டிராய்டை விட இதில் இருக்கும் சாதகமான அம்சம். அதேசமயத்தில், வெவ்வேறு தயாரிப்பாளர்களிடம் இருந்து வரும் வெவ்வேறு விதமான கைப்பேசிகளில் வருவதால் ஆண்டிராய்டின் திறனும், தரமும் கேள்விக்குள்ளாக்கப்படுவது உண்மை.

ஆண்டிராய்டில் பல கைப்பேசி விளையாட்டுகள் உள்ளன. அதேநேரம், விண்டோஸ் கைப்பேசிகளில் பிரபலமான எக்ஸ்பாக்ஸ்

விளையாட்டுகளான ஆஸ்பால்ட் 8, ஜாய்ரைடு போன்ற பல, பயனர்களுக்கு இலவசமாகக் கிடைக்கின்றன. இணைய இணைப்பு சுமாராக இருந்தாலும் அல்லது இணைய இணைப்பே இல்லாத சமயங்களிலும், இவற்றை எளிதாக விளையாட முடிவது விண்டோஸின் பலம். ஆண்டிராய்டு போன்களிலோ, வரைபடங்களில் கூட ஒரு சில மட்டுமே இணைய இணைப்பின்றி தரவிறக்கம் செய்து பயன்படுத்த முடியும்.

அத்தோடு, விண்டோஸ் கைப்பேசிகளில் கிட்டத்தட்ட 7 ஜிபி அளவுக்கான மேகக்கணிமையும், அதிக அளவிலான உள் சேமிப்பும், பென் டிரைவ் அல்லது இணைய சேமிப்பு சேவை போன்ற எந்த வெளி சேமிப்புக் கருவிகளையும் தேவையில்லாமல் செய்து விடுகின்றன. இது பல ஆபத்துகளையும் தடுக்கிறது. மொத்தத்தில் ஆண்டிராய்டு போன்களில் அதிக செயலிகள் இருந்தாலும், விண்டோஸ் போன்களில் மேலதிக வசதிகள் இருக்கின்றன.

கைப்பேசிகளுக்கான சந்தை வளரும் விதத்தைப் பார்க்கும்போது, உலகெங்கிலும் உள்ள பயனர்கள் கணிப்பொறி, கைப்பேசி, மேகக்கணிமை மூன்றையும் சமன் செய்யும் ஒரு தளத்தை எதிர்பார்க்கிறார்கள். இந்த விஷயத்தில் விண்டோஸ் ஒரு சரியான தீர்வாக இருக்கும். இது போன்ற சில முக்கிய விஷயங்களைக் கவனிக்காவிட்டால் சீக்கிரமே ஆண்டிராய்டு தன் முதலிடத்தை விட்டுக்கொடுத்துவிட வேண்டியதுதான்.

அச்சுறுத்தல் விண்டோஸ் கைபேசியிடம் இருந்து மட்டும் வரவில்லை. இவ்வளவு இருந்தாலும் விண்டோஸ் கைப்பேசி பின்வரிசையில்தான் இருக்கிறது. ஆப்பிளின் ஐபோன்தான் ஆண்டிராய்டுக்கான முக்கியமான எதிரி. அதுவும் விசுவாசமான பயனர்களைக் கொண்ட எதிரி. ஐபோனின் ஒவ்வொரு புது மாடலையும் ஆவலோடு எதிர்பார்ப்பவர்கள் இவர்கள்.

ஸ்மார்ட்போன் பயன்படுத்துவோரில் பலர் எளிமையான, குறைவான செயல்பாடுகள் உள்ள, செயலிகளை அதிகம் இயக்கவல்ல கைப்பேசிகளைத்தான் தேர்ந்தெடுக்கிறார்கள். இந்த எல்லாத் தேவைகளுக்கும் ஏற்ற விதத்தில் தெளிவாகப் பதில் தரும் வகையில் வடிவமைக்கப்பட்டிருக்கிறது ஐபோன்.

சுந்தர் பிச்சையும் கூகிளும் இந்த இடத்தையும், அதற்குத் தேவையான திறன் வாய்ந்த மனிதர்களையும் விட்டு விடாமல் இருப்பதற்கான வேலைகளைச் செய்ய வேண்டும். உதாரணத்துக்கு, அமித் சிங்கால் - இவர் 2001ல் கூகிள் தேடலுக்கான நிரலை மாற்றியமைத்தவர் - ஃபார்ட்யூன் பத்திரிகையால் 2011 ஆம் ஆண்டில் புத்திசாலி மனிதர்களுள் ஒருவராக அடையாளம் காணப்பட்டவர். கூகிள் தேடலின் தலைவராக இப்போது இருக்கும்

சிங்கால் சமீபத்தில் 'now on tap'ஐ அறிமுகப்படுத்தியுள்ளார். இந்த வசதியின் மூலம் தங்கள் கைப்பேசிகளில் பயனர்கள் மிக எளிதாகத் தேடலைப் பயன்படுத்தமுடியும். கணிப்பொறிகளையும் இணையதளங்களையும் விடக் கைப்பேசிகளும் செயலிகளும் முன்னே வந்து கொண்டிருக்கும் இந்தக் காலகட்டத்தில் சிங்காலும் அவர் குழுவும் செய்திருக்கும் விஷயம் கைப்பேசிக்கான போட்டியில் கூகிள் முன்னேறிச் செல்ல வழி வகுக்கலாம்.

▼

மேகப் போர்கள்

மேகக்கணிமையைப் (cloud computing) பொறுத்தவரை, அங்கே கொஞ்சம் சிக்கலான ஆட்டம்தான் இருக்கிறது. இதில் இருக்கும் பல்வேறு பகுதிகளான IaaS, PaaS, SaaS போன்றவற்றை ஒருவர் பார்க்க ஆரம்பிக்கும்போது, அது இன்னும் கொஞ்சம் கூடுதல் சிக்கலான விஷயமாகவே இருக்கிறது.

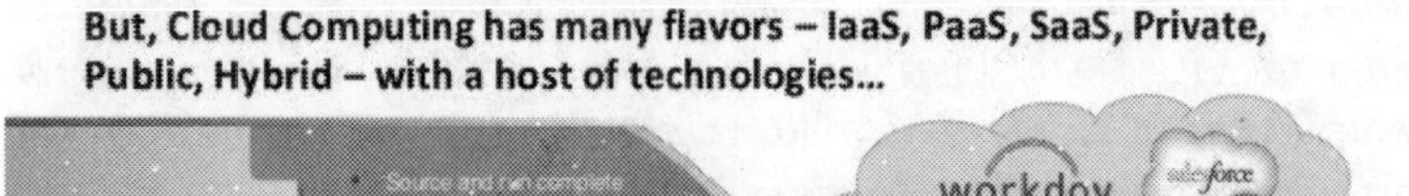

But, Cloud Computing has many flavors – IaaS, PaaS, SaaS, Private, Public, Hybrid – with a host of technologies...

SaaS (Software as a service மென்பொருளைச் சேவையாகப் பயன்படுத்துவது) இணையத்தைப் பயன்படுத்தி மூன்றாம் தரப்பு செயலிகளின் மூலமாகப் பயனரைச் சென்றடைகிறது. அதில் இருக்கும் மென்பொருளை இணைத்து, ஒரு பயனர் பயன்படுத்தமுடியும். இதில் உள்ள முக்கியமான சாதகம்- இவற்றில்

பெரும்பாலானவற்றை ஒரு ப்ரவுஸரில் இருந்து இயக்க முடியும். இணையத்தை சார்ந்தே இருப்பதால் ஒரு தனிப்பட்ட பயனரின் கணிப்பொறிக்குள் எதையும் இன்ஸ்டால் செய்யவோ (நிறுவவோ), பதிவிறக்கம் செய்யவோ தேவையில்லை. அது மட்டுமல்ல, தங்களுடைய கணிப்பொறிகளுக்குத் தேவையான பராமரிப்பு மற்றும் இதர சேவைகளைப் பார்த்துக்கொள்ள வெளியாட்களைத் தேடும் நிறுவனங்களுக்கு இது ஒரு சிறந்த ஏற்பாடு. ஏனெனில் இவையெல்லாவற்றையும் விற்பனையாளரே பார்த்துக் கொள்வார். இதனால் SaaS வாடிக்கையாளர்கள் மத்தியில் பிரபலமாக இருக்கிறது.

இதன் முக்கிய சேவைகள் மின்னஞ்சல் மற்றும் சமூக வலைத்தளங்கள். இதைப் பொறுத்தவரை முக்கிய நிறுவனங்கள் அமேஸான், கூகிள், ஆப்பிள், ட்ராப்பாக்ஸ், மைக்ரோசாஃப்ட் போன்றவை. அமேஸான் முதலிடத்திலும் மைக்ரோசாஃப்டும், ஐபிஎம்மும், கூகிளும் அடுத்தடுத்த இடங்களிலும் இருக்கின்றன.

அடுத்தது PaaS (Platform as a Service தளமே ஒரு சேவையாக இருப்பது). இதில் உள்ள கருவிகள் வித்தியாசமான சேவைகள் செய்யக்கூடியவை. இது IaaSன் மேல்பரப்பில் இருக்கிறது. ஏற்கெனவே இருக்கும் கணிப்பொறியின் உள்கட்டமைப்புக்கு மேல் நிரல் வடிவமைப்பாளர்கள் புதிய செயல்பாடுகளை நிறுவிக்கொள்ளலாம். அவர்கள் தங்கள் செயலிகளையோ, வேறு நிரல்களையோ தங்களுக்கு ஏற்ற மாதிரி மாற்றிக் கொள்ள ஒரு கட்டமைப்பைத் தருகிறது. நிர்வாகத்தையும், செயல்பாடுகளையும் பார்த்துக் கொள்ளும் வேலை சேவை அளிப்பவரிடம் இருப்பதால் இவர்கள் இன்னும் நிம்மதியாக இருக்கலாம். இதனால் அந்த வடிவமைப்பாளர் செயலிகளை உருவாக்குவதில் மட்டும் கவனம் செலுத்தினால் போதும்.

மூன்றாவது IaaS (Infrastructure as a Service - உள்கட்டமைப்பை சேவையாகத் தருவது). இது சிக்கலான பயன்பாடுகளுக்காகவும், ஆய்வுகளுக்காகவும் கணிப்பொறியைப் பயன்படுத்தும் பயனர்களிடம் பிரபலமாக இருக்கும் சேவை. மேகக்கணிமையின் அடித்தளமான இந்தச் சேவை வெர்ச்சுவல் கருவிகள், ஹார்டு டிஸ்க்குகள், சர்வர்கள், வலையமைப்பு போன்ற விஷயங்களில் பயன்படுத்தப்படுகிறது. அலுவல் சார்ந்த தீர்வுகளை நிரல் வடிவமைப்பாளர்களும் இந்த நிறுவனங்களும் வழங்க இந்தச் சேவை பயன்படுகிறது.

இதுவரை மேகக்கணிமை சேவைகள் தொடர்பான போட்டியில் முக்கிய காரணியாக விலை மட்டுமே இருந்தது. ஆனால்

வருங்காலத்தில் அதுமட்டுமே வித்தியாசப்படுத்தும் காரணியாக இருக்காது. ஒருங்கிணைப்பும், மேம்படுத்தப்பட்ட அம்சங்களும்தான் இனி ஒரு நிறுவனத்தை முன்னேற வைக்கும். இப்போது வரை 1600 கோடி வருமானத்துடன் மேகக்கணிமைச் சந்தையில் முதலிடத்தில் இருக்கிறது அமேஸான். அதிலிருந்து மிகவும் பின்தங்கியிருக்கிறது மைக்ரோசாஃப்ட். ஐபிஎம் மற்றும் கூகிள் இரண்டும் முறையே மூன்றாவது, நான்காவது இடத்தில் இருக்கின்றன.

இந்த மேகக்கணிமை சேவைகளைப் பொறுத்தவரை ட்ராப் பாக்ஸ் முன்னோடியாக இருந்தாலும், சிந்தனைகள் விஷயத்தில் (IaaS விஷயத்தில் மட்டுமாவது) முன்னணி வகிப்பது அமேஸான் தான். இதே விஷயத்தைச் சார்ந்த மற்ற 14 நிறுவனங்களை விட, அமேஸான் வெப் சர்வீஸஸிடம் ஐந்து மடங்கு அதிக கணிப்பொறி இயக்கத்தன்மை இருக்கிறது. புதுமையான சேவைகள் தருவதிலும், கண்காணிப்புச் சாதனங்களைத் தருவதிலும் அவர்களுடைய திறன் புகழ் பெற்றது. விலை விஷயத்திலும் அமேஸான் (மற்றும் கூகிள்) மிகக் குறைவான விலைக்கு சேவைகளைத் தருகிறது.

இன்னொரு பக்கம் மைக்ரோசாஃப்டின் அஸூர், IaaS விஷயத்தில் வருடா வருடம் நல்ல முன்னேற்றம் காண்கிறது. அஸூரின் நிர்வாகக்கருவிகள் பயன்படுத்த எளிதாக (விண்டோஸ் நிர்வகிப்பவர்களுக்கு இன்னும் எளிதாக) இருக்கிறது என்பதால் பலரையும் கவர்கிறது. அதுமட்டுமல்ல, அமேஸானைப் போல இதன் IaaSஐ தேவைப்படும் சமயங்களில் PaaS ஆகவும் பயன்படுத்த முடியும். விலையைப் பொறுத்தவரை சமீபத்தில் அமேஸான், கூகிள் விலைக்குத் தோதான விலையைக் கொண்டுவர முடிவு செய்யப்பட்டுள்ளதாக நடேலா தெரிவித்துள்ளார்.

மைக்ரோசாஃப்டிடம் ஏற்கெனவே வாடிக்கையாளராக இருக்கும் நிறுவனங்களுக்கு அஸூர் மேகக் கணிமை சேவையில் நல்ல தள்ளுபடி தருவதாகவும் தெரிவித்துள்ளனர். அஸூருக்குப் பின்னால் இருக்கும் மனிதர் நடேலா என்பதை வைத்துப்பார்க்கும்போது அதன் மேகக்கணிமை சேவைகள் இப்படி நல்ல வேறுபாடுகளைக் காட்டினால், சந்தையில் ஏறுமுகம் காண்பது உறுதி.

மைக்ரோசாஃப்டின் பலம் என்பது எப்போதுமே நிறுவனங்களுடனான வணிகம்தான். கூகிள் மாதிரியான போட்டியாளர்கள் பெரிய லாபம் அடையவேண்டுமென்றால் இதை உடைத்தால்தான் உண்டு.

கலப்பு மற்றும் தனியார் மேகக்கணிமையைப் பொறுத்தவரை பெரிய பங்களிப்பாளராக இருப்பது ஐபிஎம். மூன்றாவது இடத்தில் இருந்தாலும் மைக்ரோசாஃப்ட்டுக்கு கொஞ்சமே கொஞ்சம்தான் பின்னால் இருக்கிறது. சாஃப்ட்லேயரில் அவர்கள் செய்திருக்கும் முதலீடு சந்தையில் அவர்கள் வளர்ச்சிக்கு உத்வேகம் கொடுக்கிறது. ஐபிஎம்முக்குச் சாதகமான இன்னொரு விஷயம் அவர்களிடம் இருந்து சேவைகளை எடுத்துப் பயன்படுத்தும் முக்கிய வாடிக்கையாளர்களில் ஐம்பது சதவிகிதம் பேர் உலகெங்கிலும் உள்ள பல பெரிய நிறுவனங்களுக்கு சேவைகள் வழங்குபவர்களாக இருக்கிறார்கள்.

கூகிள் மேகக்கணிமையில் நிறையவே முதலீடு செய்து வருகிறது. அதன் சேவைகளும் அதிகப்படுத்தப்பட்டு வருகின்றன. அமேஸான் வழங்கும் ஒவ்வொரு விலைக் குறைப்பையும் கூகிளும் கொடுத்து வருகிறது. அத்தோடு, கூகிள் நிமிடக்கணக்கில் (குறைந்தபட்ச சேவை பத்து நிமிடங்களுக்கு) கட்டணம் வசூலிப்பதால் சிறு நிறுவனங்கள் பயனடைகின்றன. அமேஸான் மணிக்கணக்கில் கட்டணம் வசூலிக்கிறது. மைக்ரோசாஃப்ட்டின் அஸூரை விட வேகமாக இருக்கும் கூகிள், அமேஸான் அளவுக்கு நம்பகமானதாக இல்லை. SaaS விஷயத்தில் கூகிளின் செயல்திறன் நன்றாக இருந்தாலும் நிறுவனங்களைப் பிடிப்பதில் அவ்வளவு வெற்றிகரமானதாக இல்லை. கூகிள் வரலாறு மொத்தமுமே தனிப்பட்ட பயனர்களை நம்பித்தான் இருக்கிறதே தவிர பெரிய நிறுவனங்களை நம்பி இல்லை. இதில் மாற்றங்கள் ஏற்படுத்தாவிட்டால் பிரச்னைதான்.

கூகிள் என்ன செய்ய வேண்டுமென்றால் (ஏற்கெனவே கொஞ்சம் செய்ய ஆரம்பித்தாகிவிட்டது) விண்டோஸுக்கு மாற்றான ஓர் ஆப்பரேட்டிங் சிஸ்டமை, க்ரோம் ஓஎஸ் மற்றும்

ஆண்டிராய்டு மூலமாக கணிப்பொறிகளுக்கும், கைப்பேசிகளுக்கும் தர வேண்டும். இதற்கு பல காலம் பிடிக்கும். அமேஸான் IaaS களத்தில் முன்னிலையில் இருந்தாலும், கூகிள் SaaS தளத்தில் பலமாக இருக்கிறது. அதோடு ஐபிஎம் செய்வது போல சந்தையின் பெருமுதலைகளைப் பிடிக்க அறிவாற்றல் மிக்க கணிமைக்கான தளங்களை அமைக்கும் பணியைச் செய்யலாம்.

மற்ற மேகக்கணிமை சேவைகள் கொஞ்சம் விலை சார்ந்ததாக இருந்தாலும் பெரிய சேவைகளை எதிர்பார்ப்போர் விலையைப் பற்றி அதிகம் கவலைப்பட மாட்டார்கள். சுருக்கமாகச் சொல்ல வேண்டுமென்றால், கூகிள் மூன்று விதமான அணுகுமுறையைக் கையாள வேண்டும். வாடிக்கையாளர் சார்ந்த மேகக்கணிமை சேவையில் தனக்கிருக்கும் பலத்தை உறுதிப்படுத்திக் கொள்ள வேண்டும்; விலையை சரியாக நிர்வகித்துக் கொள்ள வேண்டும்; அறிவாற்றல் சார்ந்த கணிமையை உருவாக்க வேண்டும்.

▼

பதவி இல்லாமல் வழிகாட்டுவது!/ வழிகாட்ட பதவி அவசியமில்லை

'பெரிய தலைவர்கள் எப்போதும் எல்லாவற்றையும் எளிமையாக்குபவர்கள். விவாதங்கள், சந்தேகங்கள் எல்லாவற்றையும் அடித்துத் தள்ளி, எல்லாரும் புரிந்துகொள்ளக்கூடிய ஒரு தீர்வைத் தருவார்கள்'

- ஜெனரல் கோலின் பவெல்

சிலர் தலைமைப்பதவிக்குத் தேர்ந்தெடுக்கப்படுவார்கள். சிலர் அந்தப் பதவியை அடைய பெருமுயற்சியைச் செலவு செய்வார்கள்.

சுந்தர் பிச்சை

ஒரு சிலர் மட்டும்தான் தலைமைப்பதவி கிடைக்கும் முன்னால் சீராக, படிப்படியாக வளர்ந்து வருவார்கள். சுந்தர் பிச்சை இந்த ரகத்தைச் சேர்ந்தவர்.

பிச்சையோடு வேலை செய்தவர்கள் அனைவருமே அவர் வெறும் புத்திசாலி மட்டுமல்ல, எல்லாரோடும் சேர்ந்து கொள்ளும், எல்லாரைப் பற்றியும் கவலைப்படும் ஒரு நபராகக் குறிப்பிடுகிறார்கள். இதுவே தலைமைப்பண்புக்கு ஏற்ற ஒரு திறன் எனச் சொல்லலாம். ஆனால் அவர் அதற்கும் அடுத்த இடத்தில் இருக்கிறார். அவர் தலைமை நிர்வாக அதிகாரியாக இல்லாதபோது கூட லாரிபேஜ் (அப்போதைய தலைமை) என்ன சொல்ல விரும்புகிறார் என்பதைத் தெளிவாகப் புரிந்து கொள்வாராம். இன்னும் சொல்லப்போனால் பேஜ் என்ன நினைக்கிறார் என்பதை அவரை விடவும் பிச்சை தெளிவாகப் புரிந்து கொள்வாராம்!

பிச்சையின் இந்தத் திறனை விளக்க கூகிளில் அவருடன் வேலை செய்தவர்கள் ஒரு கதை சொல்கிறார்கள். கூகிளின் துணை அதிபர்கள், இயக்குனர்களுக்கான ஒரு மாநாட்டில் பேஜ் பேசிக் கொண்டிருந்தார். பல புதிய கருத்துகளையும் எண்ணங்களையும் பற்றிப் பேசிக் கொண்டிருந்தார். அவர் பேசியதில் பல விஷயங்கள், அங்கிருந்த பலருக்கும் அவர்கள் எதிர்பார்த்து வந்த விஷயங்களோடு ஒத்துப் போகவில்லை. பேஜ் பேசி முடித்து அங்கிருந்து சென்றார். எல்லோரும் அமைதியாக இருந்தனர். அப்போது பிச்சை எழுந்து பேஜ் என்ன சொல்ல விரும்பினார் என்பது பற்றி விளக்கினார். அத்தோடு நிறுத்தாமல், ஒவ்வொரு குழுவையும் தனித்தனியாகச் சந்தித்து, வெவ்வேறு தயாரிப்புகளை எப்படி முன்னே கொண்டு செல்வது என்பது பற்றிப் பேசினார். அது வெறுமனே இணைந்து செயல்படுவதைக் காட்டிலும், தன் கருத்தைப் புகுத்துவதைக் காட்டிலும் மேலானதொரு செயல். அங்கே ஒரு தலைவராக அவர் செயல்பட்டார். என்ன செய்ய வேண்டுமோ அதைத் தன் கையில் எடுத்துக் கொண்டு, அதை மற்றவர்களுக்குப் புரிய வைத்து, அவர்கள் செய்ய வேண்டிய வேலையையும் விளக்கிச் செய்ய வைத்தார். இதைச் செய்வதற்கு பேஜ் தனக்கு ஒரு பதவி கொடுத்திருக்க வேண்டும் என்று அவர் எதிர்பார்க்கவில்லை. அதே நேரத்தில், இது போன்ற பல விஷயங்களைப் பார்த்த பேஜ், பிச்சை வெறுமனே தான் சொன்னதை மட்டுமே மறுபடி சொல்லமாட்டார், உரிமை எடுத்துக்கொண்டு, சரியாக வழிநடத்துவார் என்பதைப் புரிந்துகொண்டார்.

பிச்சை தலைமையேற்றால் கூகிளின் முதல் வரிசைத் தலைவர்கள் பலர் வெளியேறிவிடுவார்கள் என்றும் சிலர் நினைத்ததுண்டு. இதற்குக் காரணம் தனக்கு மேலதிகாரிகளாக

▲ ஆலன் யூஸ்டேஸ்

▲ விவேக் குண்டோத்ரா

▲ ஆண்டி ரூபின்

▲ செபாஸ்டியன் துருன்

ஒரு காலத்தில் இருந்தவர்களையும் தாண்டிய ஒரு பதவியில் பிச்சை அமர வைக்கப்பட்டிருப்பதையும், அதனால் அவர் தலைமையின் கீழ் வேலை செய்வதை அவர்கள் விரும்பவில்லை என்றும் சொல்கிறார்கள். கூகிளின் முதல் வரிசைத் தலைவர்கள் வெளியேறுவதற்கு இதைத் தர்க்க ரீதியான காரணமாகச் சொல்ல முடியாவிட்டாலும் சமீப காலத்தில் அப்படி வெளியேறிய சிலரை இவர்கள் குறிப்பிடுகிறார்கள்.

ஆண்டிராய்டின் பொறுப்பு தன்னிடம் இருந்து மார்ச் 2013ல் பிச்சையிடம் வழங்கப்பட்டதை ஒட்டி ஆண்டி ரூபின்(ஆண்டிராய்டு நிறுவனர்களில் ஒருவர்)வெளியேறியது ஒரு சம்பவம். அப்போது கூகிளின் ரோபாடிக்ஸ் பிரிவுக்கு ஆண்டி ரூபின் தலைமை தாங்குவார் என்று பேஜ் குறிப்பிட்டிருந்தார். ஆனால் அக்டோபர் 2014ல் ரூபின் கூகிளில் இருந்து வெளியேறி விட்டார். கிட்டத்தட்ட இதே சமயத்தில் பிச்சை கூகிளின் ஒட்டுமொத்த தயாரிப்புகளின் தலைவராக்கப்பட்டார். அதற்கு சில மாதம் கழித்து மார்ச் 2015ல் கூகிளின் இன்னொரு முக்கிய தலைவர் ஆலன் யூஸ்டேஸ் நிறுவனத்தை விட்டு வெளியேறினார். யூஸ்டேஸ் பொறியியல் துறையின் மூத்த துணைத் தலைவராகவும், பின்னர் அறிவு சார்ந்த பிரிவின் மூத்த துணைத் தலைவராகவும் இருந்தவர்.

வெளியேறிய பிறகு இவர் வேறு எந்த நிறுவனத்திலும் சேரவில்லை. ஆண்டி ரூபின் போல இவர் வேறு எதுவும் நிறுவனத்தைத் தொடங்கவில்லை. சமூக வலைத்தளங்களின் தலைவராக இருந்த விவேக் குண்டோத்ரா ஏப்ரல் 2014ல் வெளியேறினார். கூகிள் எக்ஸ்

திட்டத்தின் முக்கிய புள்ளியான செபாஸ்டியன் துருன் 2014 செப்டெம்பரில் கூகிளை விட்டு வெளியேறினார். ஆனால் அவர் பிச்சையின் உயர்வை விட அவரது சொந்த நிறுவனமான உடாசிட்டியை உருவாக்கவே வெளியேறி இருக்க முடியும்.

சமீப காலத்தில் மிக முக்கியமான பலரை கூகிள் இழந்திருப்பது உண்மை. பலர் ஃபேஸ்புக்குக்கும், புதிய நிறுவனங்களை ஆரம்பிப்பதற்கும் வெளியேறி இருக்கிறார்கள். சிலர் தனிப்பட்ட காரணங்களுக்காகவும், வேறு சிலர் நிறுவனம் எடுத்த முடிவுகள் பிடிக்காமலும் வெளியேறி இருக்கிறார்கள். கூகிளுக்கு மிகத் திறமையான அனுபவமிக்க தலைவர்கள் தேவைப்படும் ஒரு சமயத்தில், அதன் முக்கிய மேலிடத் தலைவர்கள் வெளியேறி இருப்பது மோசமான விஷயம்தான்.

இந்தச் சமயத்தில் மக்களைக் கையாளும் சுந்தர் பிச்சையின் திறன் உதவி செய்யும். ஒரு பக்கம் தங்களிடம் வேலை பார்ப்பவர்களிடையே திறமையானவர்களுக்குப் பதவிகளையும், வாய்ப்புகளையும் உருவாக்கித் தரவேண்டும். இன்னொரு பக்கம், கூகிளின் மூத்த தலைவர்களிடையே இருக்கும் முரண்பாடுகளை (அப்படி எதுவும் இருந்தால்) நீக்க முயற்சி செய்ய வேண்டும்.

பிச்சை ஏற்கெனவே நல்ல தரமான, திறமையுள்ள ஆட்களை முக்கிய பதவிகளில் அமர்த்த ஆரம்பித்துவிட்டார். ஆண்டிராய்டின் தலைவராக ஹிரோஷி லாக்ஹெய்மரை நியமித்தது இப்படியான ஒரு முடிவுதான். பிச்சையின் பொறியியல் திறன்களையும், மக்களுடன் பழகும் திறன்களையும் கொண்டவர் லாக்ஹெய்மர். ஆண்டிராய்டை ரூபினும் அவரது உதவியாளர்கள் ஹூகோ பாரா மற்றும் ஸ்டீவ் ஹோரோவிட்ஸ் நிர்வகித்ததை விட வேறு மாதிரி வழியில் இவர் நிர்வகிக்கிறார். இப்போது நிறுவனம் வேண்டுவது இதுவாகவும் இருக்கலாம்.

அதேபோல் பிச்சை சமீபத்தில் அமர்த்திய இன்னொரு மனிதர் விற்பனை மற்றும் இயக்கப் பிரிவின் மூத்த துணைத் தலைவரான பிலிப் ஷ்லிண்டர். புகழ் பெற்ற நிகேஷ் அரோராவின் கீழ் வேலை பார்த்த ஷ்லிண்டர், தனது மக்கள் தொடர்பு மற்றும் மேலாண்மைத் திறன்களை பிச்சையின் பாணியிலேயே கொண்டிருக்கிறார். இதை வைத்துப் பார்க்கும்போது, கூகிளைப் பொறுத்தவரை பிச்சையின் பார்வை தெளிவாக இருக்கிறது. மக்கள் தொடர்பு மற்றும் வேலைகள் இரண்டையும் சமன் செய்யும் திறன் உடையவர்களை மட்டுமே தேர்ந்தெடுக்கிறார்.

தன்னுடைய முக்கிய தலைவர்களை பிச்சை கூகிளிலேயே வைத்திருக்கும் வரை நிறுவனம் பாதுகாப்பாகவும், போட்டி போடத் தகுதியானதாகவும், மாறி வரும் தொழில்நுட்பத்துக்குச் சரியான பதில் சொல்வதாகவும் இருக்கும்.

▼

தீமை செய்யக்கூடாது

'நல்லது மட்டுமே செய்வது என்பதற்கான விளக்கத்தைக் கொடுக்க முயன்றிருக்கிறோம் எப்போதும் சரியானதை, நெறியானதை மட்டுமே செய்வது. இதைச் சுருக்கமாக சொல்வதென்றால், 'தீமை செய்யக்கூடாது' என்று சொல்லலாம்.'

- செர்கெய் ப்ரின்

2000த்தில் ஸ்டேசி சுலைவான் கூகிளின் மனிதவள மேம்பாட்டுப் பிரிவின் தலைவராக சேர்ந்தார்.ஒருவருடம்கழித்துகூகிளில்அப்போது வேலை பார்த்த சிலருடன், கூகிளுக்கான நிர்வாக விதிகளை (இந்த விதிகளின்படிதான் கூகிளில் வேலை செய்வோர் அனைவரும் இயங்க வேண்டும்) வகுக்கும் வேலையில் இருந்தார். எல்லோரும் சொல்வது போல வழக்கமான விஷயங்களான 'கொடுக்கப்பட்ட பொறுப்புகளை கூகிள் அர்ப்பணிப்போடு நிறைவேற்ற வேண்டும்' என்பது போன்ற விஷயங்களை சொல்லிக் கொண்டிருந்தார்கள்.

அப்போது அங்கே இருந்த பால் பூச்சிட் என்பவர் கூகிளின் கலாசாரமாக ஒரு விஷயம் இருக்க வேண்டும் என்று தன் மனத்தில் தோன்றுவதாகச் சொன்னார். 'தீமை செய்யக்கூடாது'என்பதை ஒரு ஜோக்கை சொல்வது போல கொஞ்சம் வெட்கத்துடன் சொன்னார். ஆரம்பத்தில் எல்லாருமே அதை நகைச்சுவையாகத்தான் எடுத்துக் கொண்டார்கள். எஞ்சினியர் பால் பூச்சிட் ஏதோ வேடிக்கையானதை சொல்லி விட்டார். இதை ஒரு நகைச்சுவையாக எடுத்துக் கொள்ளாதது இரண்டே நபர்கள்தான் பால் மற்றும் ஸ்டேசி.

இதற்கு முன் இண்டெல் நிறுவனத்தில் வேலை செய்த பால் பூச்சிடுக்கு புதிதாக உருவாகி வரும் ஒரு நிறுவனத்துக்கு என்று பல்வேறு விதிமுறைகளை வகுப்பதை விட தன்னுடைய கருத்து மிகவும் பயனுள்ளதாகவும், உயர்வானதாகவும் இருக்கும் என்று தோன்றியது.

இந்த நிறுவனத்துக்கான கார்ப்பரேட் விதிகளை நிறுவ வேண்டும் என்ற முடிவில் இருந்த ஸ்டேசிக்கு இது வித்தியாசமாகத் தோன்றியதே தவிர உயர்வானதாகத் தோன்றவில்லை. ஆரம்பத்தில் இதை எதிர்த்த ஸ்டேசிக்கு மரிஸ்ஸா மேயர், சாலர் காமங்கர் உள்ளிட்டோரின் ஆதரவு இருந்தது. ஆனால் பால் பூச்சிட் விட்டுக் கொடுப்பதாக இல்லை. அவருடைய மனத்துக்குள் கூகிள் நிறுவனம் மைக்ரோசாஃப்ட் போல இருக்கக்கூடாது என்று நினைத்தார்.

அப்போது தன்னுடைய ஏகபோக உரிமையை நிலைநாட்டும் எண்ணத்தில் இருந்த மைக்ரோசாஃப்ட், போட்டியாளர்களிடம் இரக்கமின்றி நடந்து கொண்டது. இதனால் எல்லாப் பக்கங்களில் இருந்தும் அதை ஒரு 'தீய சக்தி'யாகத்தான் பார்த்தார்கள்.

பூச்சிட் பின்வாங்கப்போவதில்லை என்று அறிந்த சுலைவானும், மற்றவர்களும் முதலில் நகைச்சுவையாகப் பார்த்த விஷயத்தை ஏற்றுக் கொள்ளத் தொடங்கினார்கள். அதில் இருந்து கூகிளின் முக்கிய கருவாக இதுதான் இருந்து வருகிறது. ஆனால் கூகிள் தனக்காகக் கொள்கை முடிவாக வைத்திருந்த இந்த விஷயத்தில் இருந்து கூகிள் நகர்ந்து போய்விட்டதாக இப்போது குறிப்பிடுபவர்களும் உண்டு.

அப்படி ஒரு குற்றச்சாட்டு அந்தரங்கம் தொடர்பான பிரச்னை. ஏற்கெனவே இந்தப் புத்தகத்தில் சொன்னது போல கூகிள் தனது மின்னஞ்சலான ஜீமெயிலை நிறுவியபோது, பொதுமக்களின் மின்னஞ்சலில் உள்ளடக்கத்தை எடுத்துப் பார்க்கிறது, இதனால் மக்களின் அந்தரங்கத்துக்குள் எட்டிப் பார்க்கிறது என்றது அந்தக் குற்றச்சாட்டு. இதைப் பற்றி உணர்ந்து கொண்டு பின்னால் கூகிள் இதற்கான பதிலைச் சொன்னாலும், முதல்முறையாக கூகிளின் பிம்பம் தகர்ந்தது அப்போதுதான்.

▲ ஸ்டேசி சுலைவான், பால் பூச்சிட்

அடுத்து கூகிள் பஸ்ஸ் நம்பிக்கை விஷயத்தில் பிரச்னையைக் கொண்டு வந்தது. இந்த விவகாரத்தில் ஃபெடரல் டிரேட் கமிஷனின் கோபத்துக்கு ஆளானது கூகிள். எல்லாப் புத்தகங்களையும் மின்புத்தகங்களாக மாற்ற முயற்சி செய்தது கூகிள் பஸ். இது உலகெங்கும் உள்ள எழுத்தாளர்கள் மற்றும் புத்தக வெளியீட்டாளர்களின் கோபத்தை ஈர்த்தது.

ஒருவிதத்தில் பார்த்தால் உலகின் எந்த மூலையில் இருப்பவரும் எந்தப் புத்தகத்தையும் அடைய முடியும். ஆனால் இதன் மூலம் மின்புத்தகங்கள் வைத்திருப்பதில் கூகிளுக்கு மட்டுமே ஏகபோக உரிமை இருக்கும். அடுத்த அந்தரங்க உரிமைப் பிரச்னையானது கூகிள் தனது ஸ்ட்ரீட் வியூ அம்சத்தைக் கொண்டு வந்தபோது ஏற்பட்டது. கூகிள் மக்களின் அந்தரங்க உரிமையைப் பலமாக மீறி இருக்கிறது என்று பல தரப்புகளில் இருந்தும் கருத்துகள் வந்தன. பின்னர் தனது காட்சிகளை மங்கலாக்கி வெளியிட்டது கூகிள். கிடைத்த பலன் நல்ல தரத்தோடு இல்லை. இருந்தாலும் பெயர் கெட்டுப்போனதுதான் மிச்சம். அதேபோல கூகிளின் முகத்தை அடையாளம் காணும் செயலி ஈவ் டீஸிங்கை அதிகரிக்கும் என்பதால் விமரிசிக்கப்பட்டது.

வெகு சமீபத்தில் ஐரோப்பிய கமிஷன் தங்கள் தேடல் முடிவுகளை கூகிள் எல்லை மீறிப் பார்க்கிறது என்று புகார் கொடுத்தார்கள். தன்னுடைய தயாரிப்புகளை ஒப்பிட்டு விற்பனை செய்வதற்காகவே கூகிள் இதைச் செய்கிறது என்று அவர்கள் சொன்னார்கள். போட்டியாளர்களை நசுக்கி, கூகிள் வரைபடம், கூகிள் தேடல், ஆண்டிராய்டு மொபைல் ஓஎஸ் போன்ற தங்கள் தயாரிப்புகளை விருத்தி செய்கிறார்கள் என்றும் சொல்லப்பட்டது.

ஆகஸ்டு 2015ல் காம்பெடிஷன் கமிஷன் ஆஃப் இந்தியா தங்கள் தேடல் முடிவுகளை மாற்றி அவர்கள் வசதிக்குத் தக்க

கையாள்கிறது என்று கூகில் மீது குற்றம்சாட்டினார்கள். இது தேடல் முடிவுகளுக்கும், வலது பக்கம் வெளியான விளம்பர முடிவுகளுக்கும் பொருந்தும். மின் வணிகம், பயணம், சமுக வலைத்தளம் தேடல் போன்ற 30 வணிக நிறுவனத்தினரிடம் இருந்து வந்த எதிர்வினைகளை உள்ளடக்கி கூகிளின் மேல் குற்றச்சாட்டு வைத்தது இந்தக் கமிஷன். இப்படி கூகிள் மேல் வந்த முதல் குற்றச்சாட்டு இது. குற்றம் சுமத்தியவர்களுள் ஃபிளிப்கார்ட், மேக்மைட்ரிப்.காம், மைக்ரோசாஃப்ட், ஃபேஸ்புக் போன்றோர் அடங்குவர்.

சமீபத்திய குற்றச்சாட்டுகள் எல்லாம் நிலுவையில் இருந்தாலும் சமீப காலமாக நம்பிக்கை, அந்தரங்கம், நியாயம் போன்ற விஷயங்களில் கூகிளின் பிம்பம் உடைந்து கொண்டு வருவதென்னவோ உண்மைதான். 'தீமை செய்யக்கூடாது' என்பதைக் கொள்கையாக வைத்திருந்த நிறுவனம், தீமை செய்ததற்காகத் தாக்கப்படுகிறது. கூகிளும், சுந்தர் பிச்சையும் சில முக்கியமான விஷயங்களை முடிவு செய்தால் கூகிளின் நன்மை செய்யும் பிம்பம் இன்னும் கொஞ்ச காலம் தொடரும். தங்கள் பங்குதாரர்களிடம் வெளிப்படையாக இருப்பது, முக்கியமாக இன்றைய கூகிளின் வளர்ச்சியைத் தீர்மானித்த கோடிக்கணக்கான பயனர்களிடம் உண்மையாக இருப்பது என்பவைதான் அவை.

▼

டிராகனை அடிபணியச் செய்

'கிழக்கு கிழக்குதான். மேற்கு மேற்குதான். கடவுள் நீதிபதியாக அமர்ந்திருக்கும் வரை, வானம் மேலேயும், பூமி கீழேயும் இருக்கும் வரை இரண்டும் சேரவே சேராது; ஆனால் இரண்டு வலிமையான மனிதர்கள் நேருக்கு நேர் சந்திக்கும்போது, அவர்கள் உலகின் இரண்டு மூலைகளில் இருந்து வந்திருந்தாலும், கிழக்கோ, மேற்கோ, எல்லையோ, பிறப்போ, இனமோ எதுவுமே இருக்காது.

- ருத்யார்டு கிப்ளிங்

கடந்த காலத்தில் பல்வேறு மேற்கத்திய நிறுவனங்கள் சீனாவுக்குள் தடம் பதிக்க முயன்றிருக்கின்றன. உலகத்தின் அதிக மக்கள் தொகையையும், கோடிக்கணக்கான இணையப் பயன்பாட்டாளர்களையும் கொண்ட மிகப்பெரிய சந்தை இது.

"Don't Be Evil!"

டெல் போன்ற நிறுவனங்கள் அமெரிக்காவுக்கு அடுத்த பெரிய சந்தை சீனாதான் என்று வெளிப்படையாக அறிவித்துள்ளன. இதனால் சீனாவுக்கு ஏற்ற மாதிரி தங்களை மாற்றிக் கொண்டு வணிகம் செய்ய நிறுவனங்கள் யோசிப்பதில் தவறே இல்லை. ஆனால் கூகிள் செய்யவில்லை.

சீனா ஸ்கூகிள் முதல் சுற்று

மேற்கிலிருந்து சீனாவுக்குள் நுழைந்த முதல் நிறுவனம் யாஹூ. அடுத்த முக்கியமான நிறுவனம் மைக்ரோசாஃப்ட். சீனாவை நோக்கிய கூகிளின் அணுகுமுறை வித்யாசமானது. முதலில் அவர்கள் சீனாவில் எந்த அலுவலகத்தையும் வைத்துக் கொள்ளாமல் அமெரிக்காவில் இருந்தே செயல்பட்டுக் கொள்ளலாம் என்று முடிவு செய்தார்கள். ஆனால் யாஹூவிடம் இருந்து வித்யாசப்படுத்தி அந்த விஷயத்தைச் செய்தார்கள்.

கூகிளில் உள்ள பொறியாளர்கள் தேடுபொறியை மேண்டரின் போன்ற ஆசிய மொழிகளை அறிந்து கொள்ளத் தோதாக மாற்றி உருவாக்கினார்கள். 2001 ஆரம்பத்தில், சீனாவில் உள்ள ஒரு பயனர் கூகிள் டாட் காமைப் பார்த்தால் கூகிளின் சர்வர்கள் அவரது தேடல் எந்திரத்தை சீன மொழிக்கு மாற்றி விடும். இது அழகாக வேலை செய்தது. இரண்டே வருடங்களில் சீனாவின் தேடல் சந்தையில் 25 சதவிகிதத்தைக் கையில் வைத்திருந்தது கூகிள். எம்பி3 பதிவிறக்கங்களுக்காக இணையத்தைப் பயன்படுத்தும் இளைய சமுதாயத்தைக் குறி வைக்கும் சீனத்து பைடு தேடுபொறி போல அல்லாமல், சீனாவின் பெருநகரங்களில் வசிக்கும் மேல் நடுத்தர தட்டு மக்களை மட்டும் குறிவைத்தது கூகிள்.

எதுவும் தவறாக இனி நடக்காது என்று கொஞ்சம் தளர்வான சூழலில் கூகிளின் இணையப் பக்கமே காணாமல் போனது. பைடு போன்ற சீனப் போட்டியாளர்கள் சீன அரசாங்கத்திடம் பேசி

கூகிள் சீனாவின் விருப்புகளுக்கு எதிரானது என்று சொல்லி எடுக்கச் சொல்லி இருக்கலாம். ஆனால் அந்த வதந்திகள் எதுவும் நிரூபிக்கப்படவில்லை. அதே சமயம் சந்தையில் கூகிள் 24 சதவிகிதமாக இருந்தபோது வெறும் 3 சதவிகிதமாக இருந்த பைடு, சீனப் பயனர்களுக்கு வேறு தேர்வுகள் இல்லாததால் வேகமாக வளர ஆரம்பித்தது.

சில வாரங்களில் கூகிள் பக்கம் தெரிய ஆரம்பித்தது. ஆனால் சீனாவின் ஃபயர்வால் கூகிளின் வேகத்தைத் தடுத்தது. கூகிள் பாறையில் போய் முட்டிக் கொண்டது போலத் தவித்தது. அவர்கள் அமெரிக்காவில் இருந்து தொடர்ந்து இயங்கினால் அவர்களது தளம் இன்னும் மெதுவாகத்தான் இயங்கும். பயனர்கள் வேறு வழியில்லாமல் பைடு போன்ற தளங்களை நாடிச் சென்றுவிடுவார்கள். அதே சமயம் சீன மண்ணில் அவர்கள் ஓர் அலுவலகத்தை அமைக்க வேண்டுமென்றால் அவர்களுடைய எல்லா விதிகளுக்கும், எல்லாத் தணிக்கைகளுக்கும் உட்பட வேண்டும். இரண்டாவது வழியைத் தேர்ந்தெடுப்பது என்று முடிவு செய்தது கூகிள்.

என்னதான் அவர்களது தகவல்களில் கொஞ்சம் தணிக்கை செய்யப்பட்டாலும், தங்களால் முடிந்த தகவல்களைக் கொண்டு சேர்க்க முடியும் என்று நினைத்தார்கள். 2005ன் இறுதியில் சீனாவில் இணைய சேவைகள் தருவது தொடர்பான ஒப்பந்தங்களில் கையெழுத்திட்டது கூகிள்.

ஜனவரி 2006ல், கூகிள் சீனாவுக்கான தேடுபொறியை வெளியிட்டது. இப்போது சீனாவில் அவர்களுக்கான இரண்டு பக்கங்கள் இருந்தன. ஒன்று கூகிள் டாட் காம். இது தணிக்கை செய்யப்படாதது. ஆனால் ஃபயர்வால் உபயத்தால் படுநிதானமாக இயங்கியது. இன்னொரு பக்கம் கூகிள்.சிஎன் (google.cn). இதன் முதல் நாளிலேயே லட்சக்கணக்கானோர் ((முக்கியமான மனித உரிமை ஆர்வலர்கள்) பக்கத்தைப் பார்க்க வந்தார்கள். ஆனால் இந்த இணையப் பக்கத்தையும் அவர்கள் விருப்பத்துக்கு மாறாகத் தணிக்கை இருந்ததைப் பார்த்து ஏமாற்றமடையவே செய்தார்கள்.

சீனாவின் தணிக்கைகளுக்கு கூகிள் அடிபணிந்து போவது அமெரிக்காவில் அதன் பெயரைக் கெடுத்தது. இது அவர்களது ‘தீமை செய்யக்கூடாது’ என்ற கொள்கைக்கு எதிரானதாக இருப்பதாக அமெரிக்கர்கள் பார்த்தார்கள். இது பிரச்னையின் ஒரு பகுதி மட்டுமே. அமெரிக்கப் பிரதிநிதிகள் சபையில் உள்ள வெளியுறவுக் கமிட்டியின் முன்னால் அது தன்னை நிரூபிக்க வேண்டியிருந்தது. மைக்ரோசாஃப்ட், யாஹூ, சிஸ்கோ போன்ற பலரும் இப்படிப்பட்ட தாக்குதலுக்கு ஆளாகி இருந்தாலும் இப்படி ஒரு கொள்கை கொண்ட ஒரு நிறுவனம் சீனாவின் தணிக்கைக்கு

ஒப்புக் கொண்டது எப்படி என்ற கேள்வியை எதிர்கொள்ள வேண்டி இருந்தது கூகிள்.

சீனா தணிக்கை செய்வதை நிறுத்த வேண்டும் என்ற விஷயத்தைப் பொறுத்தவரை, சீனாவில் கை ஃபு லீயைப் பார்க்கச் சென்ற கூகிளின் அப்போதைய தலைமை நிர்வாக அதிகாரி எரிக் ஷிமிட், "ஒரு நாட்டுக்குள் சென்று தொழிலை ஆரம்பிக்கும் சமயத்திலேயே அந்த நாடு எப்படி நடந்து கொள்ள வேண்டும் என்று சொல்வது திமிர் பிடித்த செயலாகவே தோன்றுகிறது' என்றார்.

எது என்னவாக இருப்பினும், சீனாவின் தணிக்கை விதிகளுக்கு கூகிள் பணிந்து போவது சர்ச்சையைக் கிளப்பியது. அமெரிக்க ஆட்சியாளர்கள் எடுத்த முடிவைத் தொடர்ந்து கூகிளின் செயல்பாட்டுக்கு எதிராக அமெரிக்காவில் கோஷம் எழுந்தது, கூகிள் விசித்திரமான ஒரு மனநிலையில் இருக்கிறது என்று கருத வைத்தது.

▼

இரண்டாம் சுற்று நாக் அவுட்

2005ல், கூகிள் வளர்ந்திருந்தது. அதன் ஊழியர்கள் எண்ணிக்கையும்தான். உலகம் முழுக்க புது அலுவலகங்கள் திறக்கப்பட்டன. அளவு மற்றும் பயனரின் தேவையைக் கருத்தில் வைத்துப் பார்க்கும்போது மிகப் பெரிய சந்தையாக இருக்கும் சீனாவில் நுழையும் நேரம் வந்துவிட்டது என்று ஷிமிடும், பேஜும் நினைத்தார்கள்.

இந்தச் சமயத்தில் அவர்கள் நேரடியாக இல்லாமலேயே, சீனாவின் தேடல் சந்தையில் பெரும்பகுதி கூகிளிடம்தான் இருந்தது. ஷிமிடும், அவரது குழுவும் கை ஃபு லீ என்ற மனிதரை

தங்கள் நிறுவனத்துக்கு வேலைக்கு எடுக்க முடிவு செய்தார்கள். சீனாவில் கூகிள் ஜெயிப்பதற்குத் தேவையான விஷயங்கள் அவரிடம் இருந்தது. அதில் ஒரே ஒரு பிரச்னைதான். சீனாவில் மைக்ரோசாஃப்டின் முக்கிய நபராக இருப்பவர் கை ஃபு லீ.

மைக்ரோசாஃப்டுக்கு அவர் செய்த பல விஷயங்களில் ஒன்று பீஜிங்கில் மைக்ரோசாஃப்ட் ரிசர்ச் ஆசியாவை அமைத்துக் கொடுத்தது. கூகிள் சீனாவுக்குள் நுழைய விரும்புவது லீக்குத் தெரியும். அவரோடு பேசிய கூகிள் தலைவர்கள் கூகிள் கிரேட்டர் சீனாவின் தலைவராக அவருக்குப் பொறுப்பு கொடுத்தார்கள்.

தங்களது முக்கியமான நபர்களுள் ஒருவர் கூகிளுக்குச் செல்வதை விரும்பாத மைக்ரோசாஃப்ட், லீ யிடம் அவர் அங்கு செல்ல வேண்டாம் என்று சொன்னது. ஆனால் கூகிளுக்குப் போவது என்று தீர்மானித்துவிட்டார் லீ. கூகிளும் அதைத்தான் விரும்பியது. அவருக்குப் பொறுப்புத் தரப்பட்டது. மைக்ரோசாஃப்ட், கூகிளையும், லீயையும் நீதிமன்றத்துக்கு இழுத்தது.

2005 டிசம்பரில் இந்த சட்டப் பிரச்னை ஒரு முடிவுக்கு வந்தது.

மைக்ரோசாஃப்டின் முக்கிய நபர்களுள் ஒருவர் கூகிளின் முக்கியமான ஊழியரானார். இதைவிடச் சிறந்த நேரம் இருந்திருக்க முடியாது. சீனாவில் வேகமாக வளர்ந்து வந்த அலிபாபா என்ற நிறுவனத்தில் 100 கோடி டாலர்களை முதலீடு செய்திருந்தது யாஹூ. கூகிள் தேடலுக்குப் போட்டியாகச் சீனாவில் இருந்த பைடு அந்த ஆகஸ்டில்தான் பங்குச் சந்தைக்கு வந்திருந்தது.

அதன் பங்குகளின் மதிப்பு எகிறிக் கொண்டிருந்தது. தேடலும், விளம்பரமும் அதிகரித்துக் கொண்டிருந்தன.

உலகின் பெரிய சந்தையில் தாங்கள் வளர வேண்டிய நேரம் இதுதான் என்று கூகிளுக்குத் தெரிந்திருந்தது. அத்தோடு, சீனாவில் அவர்கள் இருப்பதால், ஒவ்வொரு வருடமும் சீனாவின் பல்கலைக் கழகங்களில் இருந்து வெளியேறும் கணிப்பொறி விஞ் ஞானிகளையும் அடையாளம் காண முடியும். ஜனவரி 2006ல் கூகிள் சீனாவில் கடையைப் போட்டது. அடுத்த இரண்டு வருடங்களில் சீனாவில் கூகிளின் தேடல் சந்தை 19.2 சதவிகிதத்தில் இருந்து 22.8 சதவிகிதம் ஏறியது. அதே சமயம் பைடு 63.7 சதவிகிதத்தில் இருந்து 58.1 சதவிகிதத்துக்கு இறங்கியது. ஆனால் கூகிள் இப்போது வரை பைடுக்கு அடுத்து இரண்டாம் இடத்தில்தான் இருந்து வருகிறது. 2009 வரை கூகிள்.சிஎன் இணையப் பக்கத்திற்கு வரும் போக்குவரத்துகளும், வருவாயும் அதிகரித்தன.

டிசம்பர் 2009ல் கூகிள் தங்கள் இணையப் பக்கங்கள் ஹேக்கர்களால் குறிவைக்கப்படுவதை உணர்ந்தார்கள். செர்கெய்

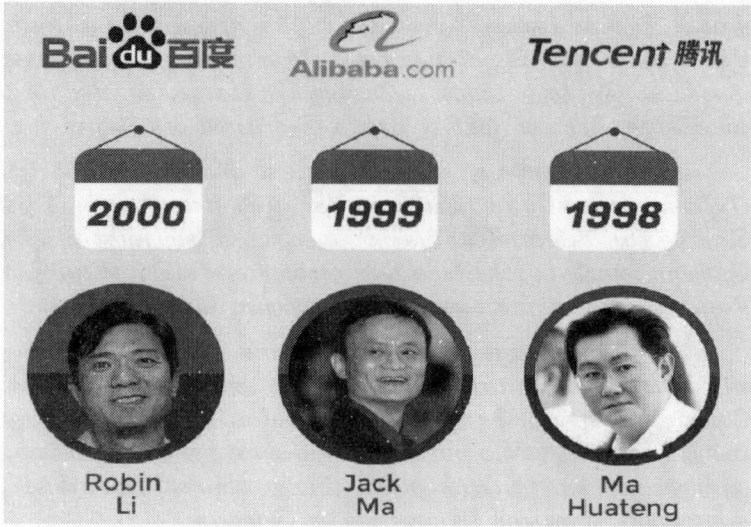

ப்ரின் தலைமையில் ஒரு குழு எங்கிருந்து இப்படித் தங்கள் தளம் தாக்கப்படுகிறது என்று ஆராய்ந்தார்கள். அது அவர்களை அதிர்ச்சிக்குள்ளாக்கியது. இந்த நடவடிக்கைகள் எல்லாமே சீனாவுக்கு வெளியில் இருந்து வந்தன.

இன்னொரு முறை யாரும் செய்யாத ஒரு விஷயத்தைச் செய்தது கூகிள். இப்படி ஹேக்கிங் (ஊடுருவல்) செயல்பாடுகள் நடப்பதை அவர்கள் வெளிப்படையாகத் தெரிவித்தார்கள். அதன் பிறகு தாங்கள் கூகிள்.சிஎன் தளத்தில் எந்தத் தணிக்கையும் செய்யப்போவதில்லை என்று வெளிப்படையாக அறிவித்தார்கள்.

இதன் பிறகு சீன அதிகாரிகளுடன் பேச்சுவார்த்தை நடத்த வேண்டி இருந்தது. கூகிள் தன்னுடைய அறிவிப்பை மாற்றிக் கொள்ளத் தயாராக இல்லை. சீனாவும் தங்கள் தணிக்கை விதிகளைத் தளர்த்தத் தயாராக இல்லை. அதனால் மார்ச் 2010ல் கூகிள் டாட் சிஎன் இணைய தளம் மூடப்பட்டது. அதில் இருந்து சீன ஃபயர்வாலில் மாட்டி தனது தளத்துக்கு வரும் போக்குவரத்தை இழந்து கொண்டிருக்கிறது கூகிள்.

இங்கே ஒரே ஒரு கேள்விதான் - கூகிள் இந்தப் பிரச்னையை வேறுமாதிரி கையாண்டிருக்கக்கூடாதா? எந்தத் தர்க்கமும் இதை சரியென்றோ, தவறென்றோ சொல்லிவிட முடியாது. ஒருபக்கம் அரசின் சட்டங்கள். இன்னொரு பக்கம் கருத்து சுதந்தரம். இவை இரண்டும் சந்திக்க முடியாது என்று தோன்றினாலும் அது முழுக்க உண்மையில்லை.

கூகிள் சீனாவில் இருந்து வெளியேறியதும், கூகிளில் வேலை பார்த்தவர்கள் கூகிளின் தலைமையை இன்னும் நேசிக்கத் தொடங்கினார்கள். ஆனால் சீனாவில் எந்த நன்மையும் நடக்கவில்லை. மோட்டோரோலா கூகிளை விட்டு விட்டு பைடுவை சீனாவில் நாடியது. டெல் மற்றும் ஹெச்பி இரண்டும் சீன சந்தையில் கவனம் செலுத்திக் கொண்டுதான் இருந்தன.

கூகிளின் கொள்கையைப் பின்பற்ற யாஹூவும், மைக்ரோசாஃப்டும் நினைக்கவில்லை. இந்த பேரத்தில் அதிக நஷ்டம் தணிக்கை செய்யப்படாத தகவலைத் தேடும் சீனப் பயனர்களுக்குத்தான். உலகின் மிகப்பெரிய தேடல் தளத்தில் இருந்துகூட அவர்களுக்குத் தகவல்கள் கிடைக்கப்போவதில்லை. கூகிள் என்ன நினைத்து அந்தச் சந்தையில் வந்திருந்தாலும், சீனாவில் கருத்து சுதந்தரத்துக்கு எதிரான போக்குதான் நிலவுகிறது. உலகின் ஐந்தில் ஒரு பங்கு ஜனத்தொகைக்கு அவர்கள் எந்தத் தகவலையும் கொடுக்க முடியாது என்பதே கூகிளுக்கு கடினமாகத்தான் இருந்திருக்கும்.

கூகிள் என்ன செய்திருக்கலாம் - குவான்க்ஸி

ஒரு சந்தையின் கலாச்சாரத்தைப் புரிந்து கொள்ளாமல் ஆர்வத்தோடு மட்டுமே நுழையும் பல வணிகங்கள் உள்ளூர் சட்டங்கள் தெரியாமல் நஷ்டமடைவது நடக்கத்தான் செய்கிறது. கூகிளும் தெரியாமல் இதே தவறைச் செய்துவிட்டது. சீனாவில் குவான்க்ஸி கொள்கையைப் புரிந்துகொள்வது ரொம்ப முக்கியம்.

குவான்க்ஸி என்றால் என்ன?

சமூகத் தொடர்புகளால் ஒருவருக்குக் கிடைக்கும் அனுகூலங்கள்தான் அது. இதை மிகவும் எளிமையாக ஒருவர் விளக்க விரும்பினால், மேற்குப் பகுதிகளில் 'சமூக வலைப்பின்னல்' என்று சொல்லலாம். சீனர்கள் தங்கள் சொந்த மற்றும் வணிக வாழ்வில் இப்படியான குவான்க்ஸி உறவுகளை அமைத்துக் கொண்டார்கள். பரஸ்பரம் பரிமாற்றம் செய்துகொள்வது இதில் ரொம்ப முக்கியம். இதற்கு அர்த்தம் என்னவென்றால், நான் உங்களிடம் ஒரு உதவி கேட்டால், உங்களுக்கு ஓர் உதவி செய்ய நான் தயாராகிவிட வேண்டும். எவ்வளவு காலம் தாமதித்து, இந்த உதவி கேட்கப்பட்டாலும் அதைச் செய்ய மறுத்தால் சீனாவைப் பொறுத்தவரை அது ஒரு மிகத் தவறான செயல்.

சீனாவில் வணிகம் செய்ய விரும்பும் ஒருவர் குவான்க்ஸி கொள்கையைப் புரிந்து கொள்வது ரொம்ப அவசியம். ஏனெனில், அங்கே வணிக வாழ்வும், தனிப்பட்ட வாழ்வும் வெவ்வேறானதல்ல. வணிக வாழ்வு, தனிப்பட்ட வாழ்வோடு பின்னிப் பிணைந்தே இருக்கும். இதனால் குவான்க்ஸி இரண்டு அடுக்குகளில் வேலை செய்கிறது. ஒன்று, வணிகத்தில் இருக்கும் நபர்கள் போட்டியாளர்கள், பொருள் கொடுப்பவர்கள், தயாரிப்பவர்கள், விற்பவர்கள் இப்படி. இன்னொன்று அரசு அதிகாரிகள், விதிகளை மேற்பார்வை செய்பவர்கள். சீனாவில் நிறுவனம் நடத்த வேண்டும் என்று நினைக்கும் எந்த நிறுவனத்துக்கும் இந்த குவான்க்ஸி விதி பொருந்திப் போகும்.

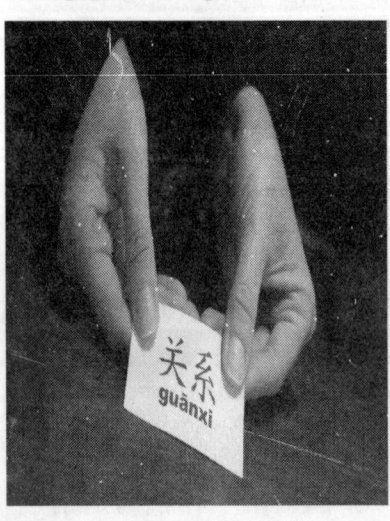
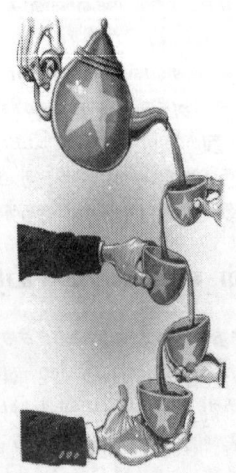

வணிகங்களுக்குள் உள்ள தொடர்புகள், வணிகங்களுக்கும் அரசுக்கும் உள்ள தொடர்புகள் என குவான்க்ஸி மிகத் தீவிரமாக உள்ளே புகுந்திருக்கிறது. முதல் பகுதியைச் சரியாக நிர்வகிக்கத் தெரிந்த கூகிளுக்கு, இரண்டாம் பகுதியை நிர்வகிக்கத் தெரியவில்லை. சீனா மொபைல், ஸுன்லெய், சீன டெலிகாம் உடன் ஒப்பந்தங்கள் போட்டு இணக்கமானார்கள். சீனாவின் முக்கிய மொபைல் போன் கேரியரான சீன மொபைல் கூகிளின் கைப்பேசி இணையச் சேவைகளை நிர்வகித்து வந்தது. ஸுன்லெய் யூடியூபைப் போன்ற இசை மற்றும், வீடியோ பகிரும் தளம். உலகின் மிகப் பெரிய வயர்லெஸ் டெலிகாம் மற்றும் ப்ராட்பேண்ட் சேவை வழங்கி வரும் நிறுவனம் சீன டெலிகாம். சீனாவின் இணையச் சமூகமான டியான்யா டாட்காம் உடன் அவர்கள் கூட்டுச் சேர்ந்ததும் அழகான விஷயம்தான். ஆனால் அரசு அதிகாரிகளுடன் உள்ள தொடர்பை அவர்கள் சரியாக நிர்வகிக்கவில்லை. அதுதான் அவர்களைப் பலமாகத் தாக்கியது.

இவை எல்லாவற்றுக்கும் ஆதாரமாக சீனாவின் கலாசாரத்தை அறிந்து கொள்ள முனையாதது காரணமாக இருக்கலாம். குவான்க்ஸியின் அடிப்படைத் தத்துவம் 'கௌரவத்தைக் காப்பாற்றுவது'. ஹேக்கிங் விஷயத்தில் கூகிள் வெளிப்படையாக அதைச் சொன்னதும், தணிக்கை மீறப்போவதாக முடிவெடுத்ததும் சீனாவின் கௌரவத்தை உலகத்துக்கு முன்னால் விட்டுக் கொடுத்தது போலத்தான். இந்த விஷயம் சீனர்களைப் பொறுத்தவரையில் மன்னிக்கவே முடியாத குற்றம்!

இந்தப் பிரச்னையைப் பற்றிக் கூகிள் சீனாவிடம் பேசியிருந்தால் பிரச்னை தீர்க்கப்பட்டிருக்கலாம். மொத்தமாக இல்லாவிட்டாலும், இருதரப்புக்கும் பொதுவான ஒரு விஷயத்தை வந்தடைந்திருக்கலாம். இந்தப் பிரச்னைகள் அப்படியே இருந்ததால், சீனா கோபமானது. கூகிள் சீனாவில் தான் செய்த அத்தனை முயற்சிகளையும் 30 கோடி பயனர்களையும் இழக்க வேண்டி இருந்தது.

இந்த ஒரு விஷயத்தில் கூகிள் மைக்ரோசாஃப்டிடம் இருந்து பாடம் கற்றிருக்கலாம். மைக்ரோசாஃப்டும் அதே பிரச்னையை சந்தித்தாலும், சீனாவின் கலாச்சாரத்துக்குத் தக்கபடி தங்களை மாற்றி அமைக்க அவர்கள் தயாராக இருந்தார்கள். சீனாவை மாற்ற முயலவில்லை. அந்தக் கலாசாரத்தையும் சந்தையையும் அவர்கள் எப்படிப் புரிந்து கொண்டார்கள் என்பதைப் பொறுத்து தங்கள் வியாபாரத் தந்திரங்களை மாற்றி அமைத்தார்கள். கோடிக்கணக்கான பணம் செலவாகி இருந்தது. லாபம் எதுவும் கிடைக்கவில்லை. ஆனாலும் மைக்ரோசாஃப்ட் குவான்க்ஸியை

ஏற்றுக் கொண்டிருந்தது. இதனால் அவர்கள் முயற்சிக்குத் தேவையான பலன் வருங்காலத்தில் கிடைக்கும்.

சீன டிராகனை அடிபணியவைக்க முடியாது. ஆனால் புரிந்துகொள்ள முயற்சித்தால் அது தயாராக இருக்கிறது.

▼

வேகமான குதிரைகளைத் தேடிப் போகாதே!

'ஒரு விஷயத்தை எப்படிச் செய்ய வேண்டும் என்று மக்களிடம் எப்போதும் சொல்லக்கூடாது. அவர்களிடம் உங்களுக்கு என்ன வேண்டும் என்று மட்டும் சொல்லுங்கள். அவர்களுடைய புத்திக்கூர்மையால் உங்களைக் கண்டிப்பாக ஆச்சர்யப்படுத்துவார்கள்.'

- ஜெனரல் ஜார்ஜ் பேட்டன்

தேடல் எப்படி இருக்க வேண்டும் என்பதை உலகெங்கும் சொல்லிக் கொடுத்த ஒரு நிறுவனம், இப்போது புதுமையான தொழில் நுட்பங்களைப் பொறுத்தவரை தன்னுடைய திறமையை இழந்துவிட்டது என்று யாராவது சொன்னால் ஆச்சரியப்படத்தான் வேண்டும்.

மைக்ரோசாஃப்டின் ஸ்டீவ் பால்மர் ஒருமுறை கூகிளைப் பற்றிச் சொல்லும்போது, 'ஒரே ஒரு தந்திரத்தைக் கொண்ட குதிரை' என்றார். தேடலை மட்டுமே முழுமையாக நம்பி இருக்கும் நிறுவனம் எனக் கிண்டலடிப்பதற்காக அவர் இதைச் சொன்னார். ஆனால் ஆப்பிளின் ஸ்டீவ் ஜாப்ஸ் சொன்ன விஷயம் இதற்கு நேரெதிரானது. 'நீங்கள் மிக அதிகமான காரியங்களைச் செய்கிறீர்கள்' என்று கூகிளைப் பார்த்துச் சொன்னார் அவர்.

ஆனால் இரண்டு விமரிசனங்களையும் வைத்துப் பார்க்கும்போது ஒரு முக்கியமான பிரச்னையைக் கவனிக்காமல் இருக்க முடியாது. இங்கே புதுமை என்பதே இல்லை. நிறைய விஷயங்கள் செய்யும்போது ஒரு நிறுவனத்துக்குப் பல தயாரிப்புகள் கிடைக்கலாம். ஆனால் மேம்படுத்தப்பட்ட, புதுமையான மிகச் சில புதுமையான தயாரிப்புகள் கிடைக்காது. அதேபோல, பால்மரின் கிண்டலுக்குத் தகுந்தது போல, கூகிளின் பரிசோதனைக்கூடத்தில் இருந்து 'தேடுபொறி' தவிர புதுமையான ஒரு விஷயம் வரவே இல்லை.

கூகிளின் தேடல் தளம் உலகையே புரட்டிப் போட்ட ஒரு விஷயமாக இருக்கலாம். க்ரோம் நிஜமாகவே புதுமையான ஒன்றாக இருக்கலாம். ஆனால் இதைத் தவிர கூகிள் பல புதுமையான விஷயங்களை வாங்கி இருக்கிறதே தவிர, சமீபகாலத்தில் புதிதாக எதுவொன்றையும் அவர்கள் சுயமாகக் கண்டுபிடிக்கவில்லை. யூடியூப் வாங்கப்பட்ட ஒரு நிறுவனம்தான். கூகிளில் அதை ஒத்து அமைக்கப்பட்டிருந்த ஒரு தளம் வெற்றி பெறவில்லை. பிகாசா (புகைப்படங்களுக்கானது), டபுள்க்ளிக் (இணைய விளம்பரங்கள்) இரண்டும் வாங்கப்பட்டவையே. அப்படித்தான் கீஹோல் (பின்னர் இது கூகிள் எர்த் ஆக மாறியது), இணைய பகுப்பாய்வுக்கான அர்ச்சின் (இது கூகிள் அனாலிட்டிக்ஸ் ஆக மாறியது) போன்றவற்றையும் கூகிள் வாங்கியது. அதேபோல், கைப்பேசிகளைக் கட்டுக்குள் வைத்திருக்கும் ஆண்டிராய்டும் ஆண்டி ரூபின் மற்றும் அவரது துணை நிறுவனர்களிடம் இருந்து வாங்கப்பட்டதே! இவை எல்லாமே பிரமாதமான விஷயங்களாக இருந்தாலும், கூகிள் இவற்றை வாங்குவதில் தேவையான முனைப்பைக் காட்டி இருந்தாலும், அவர்களது இந்த எல்லாத் தயாரிப்புகளும் யாராலோ உருவாக்கப்பட்டவைதான். உலகின் மிகத் திறமையான பொறியாளர்களையும், சிறந்த தலைவர்களையும் கொண்ட கூகிளில் புதுமையான யோசனைகள் ஏன் தோன்றவில்லை என்பது யோசிக்கவேண்டிய விஷயம்.

கூகிள் தோல்விக்குப் பயந்தது என்று சொல்லிவிட முடியாது. கோடிக்கணக்கான டாலர்கள் நஷ்டமடைந்தால் கூட தனது பொறியாளர்களைத் தட்டிக் கொடுக்கும் தன்மை கொண்டவர் லாரி பேஜ். கூகிள் வீடியோ, பஸ், ஆர்குட், கூகிள் +, கூகிள் ஆன்ஸர்ஸ், கூகிள் நோட்புக் (பின்னாளில் கூகிள் டாக்ஸ்), கூகிள் வேவ், கூகிள் ஹெல்த் மற்றும் இன்னும் பல தயாரிப்புகள் தோற்றுப்போனாலும் கூகிள் வித்தியாசமான விஷயங்களைச் செய்து பார்ப்பதை நிறுத்தவில்லை. பல தோல்விகள் இருந்தாலும் பெரிதாக ஒருநாள் ஜெயிக்கமுடியும் என்றே கூகிளில் இருக்கும் எல்லாரும் நம்புகிறார்கள்.

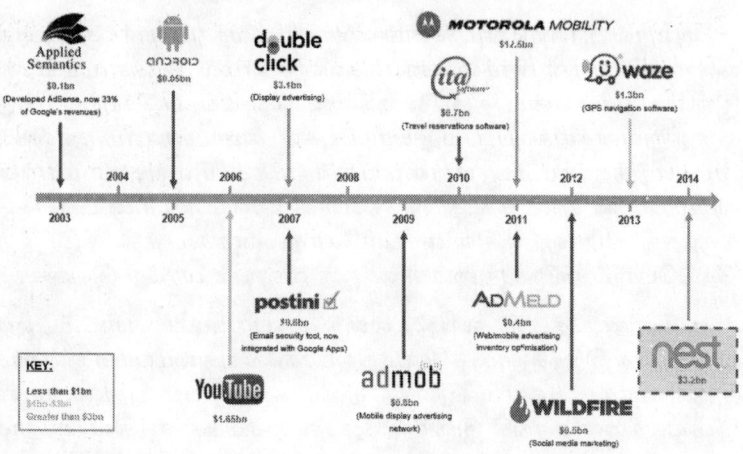

கூகிளின் சில தோல்விகளையும், சில வெற்றிகளையும் ஆராய்ந்தால் இதற்கான விடை கிடைக்கும் என்று தோன்றுகிறது. கூகிள் தேடல் பெரிய வெற்றி பெற்றதற்குக் காரணம், ஏற்கெனவே தேடல் தொழிலில் இருந்த யாஹூ உள்ளிட்ட பழைய நிறுவனங்களை பின்பற்றவில்லை. அவர்கள் ஒரு வேகமான குதிரையின் மேல் பந்தயம் கட்டவில்லை. மாறாக, உலகம் எதைப் பிரச்னையாகப் பார்க்கிறது என்று பார்த்து, அதற்குத் தீர்வு கண்டுபிடிக்க முனைந்தார்கள்.

ஹென்றி ஃபோர்டின் வார்த்தையில் சொல்வதானால் வேகமான குதிரையைத் தேடுவதற்குப் பதில் குதிரை வண்டியையே (குதிரை இல்லாமல்) மாற்றி அமைத்தார்கள். இதில் மிகத் தெளிவான, இடைஞ்சலற்ற ஒரு தேடல் தளம் கிடைத்தது. க்ரோமைத் தயாரிக்கும்போது இண்டர்நெட் எக்ஸ்ப்ளோரரரையோ, ஃபயர்ஃபாக்ஸையோ அவர்கள் நகல் எடுக்கவில்லை. இப்போதும் அவர்கள் ஒரு பிரச்னைக்கான வித்தியாசமான தீர்வைத் தேடினார்கள். இதில் கிடைத்த உலாவி, ஒரு முன்னுதாரணமாக இருந்தது. க்ரோம் சந்தையின் பெரும் பகுதியைப் பிடித்தது. இண்டர்நெட் எக்ஸ்ப்ளோரர் மண்ணைக் கவ்வியது.

இதன்பிறகு நடந்த விஷயங்களில் கூகிளின் சொந்தப் பிரச்னைகளுக்கும், உலகத்தின் பிரச்னைகளுக்குமான வித்தியாசம் மங்கிப் போனது. பிரச்னைக்குத் தீர்வு கண்டுபிடிப்பதற்குப் பதிலாக ஃபேஸ்புக் போன்ற போட்டியாளர்களுடன் போட்டி போடுபவர்களாக மாறினார்கள். சமூக வலைத்தளங்களுக்கான போட்டியில் வெற்றி பெறும் முயற்சியில் தொடர்ந்து

தோல்விகளையும், அடுத்தடுத்து உடனே மூடப்பட்ட வலைப்பக்கங்களையும் சந்தித்தது கூகிள்.

இந்தத் தயாரிப்புகள் எல்லாம் ஏன் தோற்றுப் போயின? கூகிள் ஒரு தயாரிப்பை உருவாக்க முயன்றிருக்கலாம். சமூக வலைத்தளமும், இணையமும் அதற்கானதாக இல்லாமல் இருக்கலாம். இந்தத் தயாரிப்புகளைப் பயன்படுத்தும் பயனர்களை நோக்கிய ஒரு தயாரிப்பாக இருக்க வேண்டும். இதில்தான் கூகிள் தவறு செய்தது. ஒரு பொறியாளரின் மனத்தில் இருந்து வந்த ஒரு பயன்பாட்டுத் தயாரிப்பு ஆர்குட். இளைஞர்களுக்கு ஊக்கத்தையும் உற்சாகத்தையும், தொடர்ந்து பயன்படுத்த வேண்டும் என்ற ஆர்வத்தையும் அது தூண்டவில்லை.

பஸ் விஷயத்தில் அந்தரங்கம் தொடர்பான பிரச்னைகள் இருந்தன. கூகிள் + வெவ்வேறு தளங்களின் மூலம் பயனர்களை ஈர்த்துக் கொண்டாலும், ஒரு சமூக வலைத்தளத்தை அவர்கள் எப்படிப் பயன்படுத்த வேண்டுமோ அப்படி பயன்படுத்தப்படவே இல்லை.

அத்தோடு, இன்னொரு முக்கியமான விஷயம் ஒரு நிறுவனம் தன்னிடம் இருக்கும் ஊழியர்களால்தான் புதுமைகளைச் செய்கிறது. கூகிளின் கலாசாரம் என்ன என்று முதன் முதலில் பேஜும் ப்ரின்னும் எழுதிய ஒரு கடிதத்தில் குறிப்பிட்டிருக்கின்றனர். அதில், 'கூகிள் ஒரு வழக்கமான நிறுவனம் அல்ல. அப்படி அது இருப்பதில் அல்லது பின்னாளில் அப்படி மாறுவதில் எங்களுக்கு உடன்பாடில்லை'.

ஒரு தொடக்கநிலை நிறுவனம் எப்படிச் செயல்படுமோ அதே அளவு உத்வேகத்துடன் வளர்ச்சி அடைந்த பின்னும் பலவருடங்களுக்குக் கூகிள் செயல்பட்டது. பழைய பஞ்சாங்கங்களைத் தகர்த்தெறியக்கூடிய தன் கனவைநனவாக்கும் தொலைநோக்குடைய நிறுவனமாய் இருந்த கூகிள் பல திறமைசாலிகளைத் தன் வசம் ஈர்த்தது.

▲ கெவின் சிஸ்ட்ரோம் (இன்ஸ்டாகிராம்)

▲ இவான் வில்லியம்ஸ் (ட்விட்டர்)

▲ டேவிட் ரோஸன்ப்ளாட் (டபுள்க்ளிக்)

▲ பென் சிபெர்மான் (பிண்டிர்ஸ்ட்)

▲ சாலர் காமங்கர்

வழக்கத்துக்கு மாறாக எதையும் செய்து பார்க்கும் துணிவை அது இப்போதும் தக்கவைத்துக் கொண்டிருந்தாலும், ஏதோ ஒரு கட்டத்தில் நிறுவனத்தின் கவனம் வேறு எங்கோ திசை மாறிச் சென்றுகொண்டிருப்பதுபோல் தெரிகிறது. அதனால்தான் இப்போதும் கூகிள் மிகத் திறமையானவர்களை ஈர்த்தாலும், நிஜமாகவே திறமையான பலர் இதைவிட இளமையான, சுறுசுறுப்பான நிறுவனங்களை நோக்கிச் சென்றுவிட்டார்கள். இப்படிச் சென்றவர்கள் வெறும் ஃபேஸ்புக்குக்கு மட்டும் செல்லவில்லை. பல புதிய வித்தியாசமான நிறுவனங்களுக்குச் சென்றிருக்கிறார்கள். பழைய கூகிள் எப்படி இருந்ததோ அப்படிப்பட்ட நிறுவனங்களிடம் கூகிள் தொடர்ந்து தனது முக்கிய நபர்களை இழந்து கொண்டுதான் இருக்கிறது.

திறமையானவர்களை ஈர்ப்பது மட்டுமே முக்கியமான விஷயமல்ல. அவர்களை கூகிளுக்குள்ளேயே தொடர்ந்து வைத்திருப்பதுதான் கடினமான விஷயம். சமீபகாலமாக அப்படி நிறையப் பேரை இழந்திருக்கிறது கூகிள் என்பது பற்றி முன்பே இந்தப் புத்தகத்தில் பார்த்தோம். இதைப் புரிந்துகொள்ள கெவின் சிஸ்ட்ரோம் என்ற ஒரு ஒருவரைப் பற்றிச் சொல்லியாக வேண்டும்.

கூகிளில் திட்ட இணை மேலாளர்களுக்கான ஒரு நிகழ்ச்சி இருக்கிறது (Associate project manager - APM program). இதை உருவாக்கியவர் மரிஸ்ஸா மேயர். அந்தச் சமயத்தில் அவர் அப்போதைய சீனியர் வைஸ் பிரசிடெண்ட் மற்றும் தயாரிப்புகளின் தலைவராக இருந்த ஜோனதன் ரோஸன்பெர்க்கின் கீழ் வேலை செய்து வந்தார். கல்லூரிகளில் இருந்து மிகமிகத் திறமையான கணிப்பொறி மாணவர்களைத் தேர்ந்தெடுக்கக் கொண்டுவரப்பட்டதுதான் APM program. கூகிளின் முக்கிய ஊழியர்களுள் ஒருவரான சாலர் காமங்கர் கெவின் சிஸ்ட்ரோம் என்பவரை இந்தத் திட்டத்துக்குள் சேர்க்க வேண்டும் என்றார்.

திறமையானவராக இருந்தாலும், கணிப்பொறியில் பட்டம் பெறாததால் கெவினுக்கு இந்தத் திட்டத்தில் இடம் கொடுக்க முடியாது என்று கூகிள் சொன்னது. வருத்தமடைந்த கெவின் சிஸ்ட்ரோம் கூகிளை விட்டு வெளியேறி தனது சொந்த நிறுவனத்தைத் தொடங்கினார். அந்த நிறுவனம்தான் இன்ஸ்டாகிராம். சிஸ்ட்ரோம் 2012ல் ஃபேஸ்புக்கிடம் இந்த நிறுவனத்தை 100 கோடி அமெரிக்க டாலர்களுக்கு விற்றார்.

கூகிளில் இருந்து வெளியேறிய இன்னொரு நபர் இவான் வில்லியம்ஸ். இவர் 2006ல் இன்னும் மூவருடன் சேர்ந்து ட்விட்டரை உருவாக்கினார். ஆரம்பத்தில் ஒரு வலைப்பதிவை நிர்வகித்து வந்த அவர், அதை கூகிளிடம் விற்றுவிட்டு கூகிளில் சேர்ந்தார்.

'தீமை செய்யக்கூடாது' என்ற கொள்கையை கூகிளுக்குக் கொடுத்த பால் பூச்சிட் அங்கிருந்து வெளியேறி ஃப்ரெண்ட்ஃபீடைத் தொடங்கினார். இதுவும் பின்னாளில் ஃபேஸ்புக்கால் வாங்கப்பட்டது. இன்னொரு பழைய கூகிள் ஊழியரான டேவிட் ரோஸன்ப்ளாட் அங்கிருந்து வெளியேறிய பிறகு டபுள்க்ளிக்கைத் தொடங்கினார். இது கூகிளால் வாங்கப்பட்டது. மிகவும் பிரபலமான பிண்ட்ரெஸ்டைத் தொடங்கிய பென் சில்பெர்மேன் கூகிளில் தயாரிப்பு வடிவமைப்பாளராகப் பணிபுரிந்தவர். கூகிளில் வேலை பார்த்த டேவ் கிரார்ட் அப்ஸ்டார்டைத் தொடங்கினார். அதேபோல டாப்மோவைத் தொடங்கிய ஜோனதன் வாலும், மார்க் ஃப்ரீட் ஃபினெகனும் கூகிளில் வேலை பார்த்தவர்கள்தான். ஹவ்காஸ்ட் ஐத் தொடங்கிய ஜேஸன் லீப்மெனும் ஒரு முன்னாள் கூகிள் ஊழியர்தான்.

ஒரு முன்னாள் கூகிள் ஊழியரான ஜேம்ஸ் விட்டேகர் சொல்லும் விஷயத்தை இங்கே கவனிக்க வேண்டி இருக்கிறது. 'சமூக வலைத்தளம் மற்றும் விளம்பரங்கள் மேல் கூகிள் செலுத்தும் கவனம் புதுமைகளையும் தொழில்முனைவுகளையும் கொல்கிறது' என்கிறார் இவர். இது முழுமையான உண்மையாக இல்லாவிட்டாலும் சமீப காலமாக பல திறமையானவர்களை கூகிள் இழக்கிறது என்பதையும், பல புதிய நிறுவனங்களிடம் நல்ல ஊழியர்களைத் தேர்ந்தெடுக்கும் போட்டியில் தோற்கிறது என்பதையும் மறுக்க முடியாது.

தொடர்ந்து புதுமைகள் எதுவுமே இல்லை என்பதால் கூட லாரிபேஜ் ஆல்பபெட் நிறுவனத்தைத் தொடங்கத் தீர்மானித்திருக்கலாம். கூகிள் முழுக்க முழுக்க இணையம் சார்ந்த வணிகத்தில் மட்டும் ஈடுபடுவதும், கேலிகோ, லைஃப் சயின்ஸஸ், ப்ராஜெக்ட் லூன் போன்ற பல புதிய திட்டங்களை ஆல்பபெட் மூலம் கவனிப்பதும்தான் திட்டம். இந்தப் புதிய கட்டமைப்பு பல புதுமைகளை ஊக்குவிக்கலாம். மற்ற புது வணிகங்களில் மட்டுமல்ல, அந்த நிறுவனத்தின் பிரமாண்டமான கட்டடமான கூகிளையும் சேர்த்து பல புதுமைகள் உருவாக்கப்படலாம்.

பகுதி 5

தி ரெயின் மேக்கர்

'ஒரு தலைவன் மக்கள் எங்கு செல்ல வேண்டுமோ அங்கு அழைத்துச் செல்வான். ஆனால் மக்கள் செல்ல விரும்பாத, ஆனால் அவர்கள் சென்றே ஆக வேண்டிய இடத்துக்கு ஒரு சிறந்த தலைவன் மட்டுமே அழைத்துச் செல்வான்.'

- ரோஸலின் கார்ட்டர்

'இதனால்தான் கூகிளில் நாங்கள் தொடர்ந்து கணிப்பொறி இயக்கத்தை எளிதாக்கவும், இணையத் தொடர்பை அனைவரும் அடையத்தக்கதாகவும் மாற்ற முயற்சி செய்து கொண்டிருக்கிறோம். கருவிகளைக் கற்றுக்கொள்ளவும், அதன்மூலம் பயனர்களுக்கு உதவி செய்யவும் முனைவதுதான் எங்களுடைய மைய நோக்கம். இது மிகப் பெரிய மாற்றத்தை ஏற்படுத்தும் என நான் நம்புகிறேன். இதனால் ஒரு ஸ்மார்ட்போனை வைத்திருப்பவர் ஒரு வசதி படைத்தவருக்குக் கிடைக்கும் பல விஷயங்களைப் பெற்றுக் கொள்ள முடியும். நாங்கள் செய்யும் விஷயங்களில் மிக சுவாரஸ்யமான விஷயமாக நான் நினைப்பது இதைத்தான்'

- சுந்தர் பிச்சை

எடுப்பதற்கு முன் கொடு

முந்தைய பக்கங்களில் நிறையப் பார்த்துவிட்டோம். கூகிள் நிறுவனர்களின் கனவு, பார்வை பற்றியும் நிறையவே பார்த்தோம். இதே பார்வை லட்சியத்தோடு பல காலமாக கூகிள் தொடர்ந்து இருப்பதால்தான் உலகின் மதிப்புமிக்க நிறுவனங்களில் ஒன்றாகத் திகழ்கிறது. ஆனால் சிலர் இதை மறுக்கக்கூடும். கூகிள் நிறுவப்பட்ட சமயத்தில் அதன் நிறுவனர்கள் குறிப்பிட்ட விஷயங்களுள் ஒன்று, வழக்கமான நிறுவனமாக இருக்கமாட்டோம் என்பது.

ஆனால் உலகை மாற்றும் அதன் கொள்கையில் இருந்து விலகி இந்தப் பழைய நிறுவனங்களின் பிரச்னைகளைப் போலவே கூகிளும் சிக்கிக்கொண்டது என்கிறார்கள் இவர்கள். ஆனால் சுந்தர் பிச்சை அந்த நிறுவனத்தின் தலைமை நிர்வாக அதிகாரியாகப் பொறுப்பேற்ற பிறகு கூகிள் தனது பழைய பாதையில் பயணிக்க ஆரம்பிக்கும் என்ற நம்பிக்கை இருக்கிறது.

கூகிளின் ஒட்டுமொத்த வளங்களையும் எடுத்து அவற்றைக் கொண்டு புதிய விஷயங்களைச் செய்ய முடியுமானால் அது சுந்தர் பிச்சையால் மட்டும்தான் முடியும். தொடர்ந்து ஜெயிக்கிற தயாரிப்புகளைக் களமிறக்கும் சுந்தர் பிச்சையின் மூலம், கூகிள் மதிப்புமிக்க நிறுவனமாக மட்டுமல்ல, உலகின் புதுமையான நிறுவனங்களுள் ஒன்று என்ற அதன் பழைய புகழையும் பெற முடியும். தயாரிப்பில் மட்டுமல்ல, உலகம் தழுவிய அளவில் வசிக்கும்

மக்களின் வாழ்க்கையை மாற்றக்கூடிய தொழில்நுட்பத்திலும் கவனம் செலுத்தும் பிச்சை, கூகிளின் அடுத்தடுத்த தயாரிப்புகளிலும், ஆய்வுகளிலும் பங்கெடுத்து வருகிறார். கூகிளின் ஆரம்ப காலத்தைப் போல, பயனர்களுக்கு என்ன தேவையோ அதைக் கொடுத்தால், கூகிள் விரும்புவதை அவர்கள் கொடுப்பார்கள். குவான்க்ஸியின் விதி அதுதான் 'எடுப்பதற்கு முன் கொடு'.

▼

வழி விட்டு வழி சொல்

'தலைமைப்பதவியின் குறிக்கோள் நிறையத் தலைவர்களை உருவாக்குவதுதான், தொண்டர்களை உருவாக்குவது அல்ல'

- ரால்ஃப் நடார்

கற்பனை வளம் மிக்க தெளிவான ஒருவரைத் தலைவராக்கும்போது என்ன நடக்கும் என்பதை லாரி பேஜும், செர்கெய் ப்ரின்னும் பல சந்தர்ப்பங்களில் செய்து காட்டி இருக்கிறார்கள். அந்தச் சூழலின் அப்படிப்பட்ட ஒரு தயாரிப்பு சுந்தர்பிச்சை. அவர் மட்டுமல்ல, மரிஸ்ஸா மேயர், ஜோனதன் ரோஸன்பெர்க், ஷெரில் ஸாண்ட்பெர்க், சாலர் காமண்கர் என கூகிளின் பல தலைவர்கள் அப்படிப்பட்டவர்களே.

ஆல்பபெட் உருவாக்கத்தின் மூலம் பேஜ் தன்னையும், கூகிளின் பிற ஊழியர்களையும் தலைமைப் பொறுப்பை நோக்கி நடக்க வைத்திருக்கிறார். கூகிளை பிச்சை இயக்கப் போவது போல இவர்களில் பலரும் ஆல்பபெட்டின் முக்கிய பொறுப்புகளில் அமரப் போகிறார்கள். பேஜும் பிரின்னும் தொடர்ந்து அவர்கள் நன்றாகச் செய்யும் விஷயத்தைச் செய்கிறார்கள். தாங்கள் மட்டுமல்ல, தங்களைத் தொடர்ந்து வந்தவர்களும் அடுத்த கட்டத்தை, புதிய பொறுப்புகளை நோக்கி நகர்வதை உறுதி செய்கிறார்கள். இதன் மூலம் கூகிள், ஆல்பபெட் என ஒவ்வொன்றையும் சின்னச் சின்னப் படிகளில் ஆரம்பித்து பெரிய வெற்றியை நோக்கி நகர்த்திச் செல்கிறார்கள்.

கூகிளில் தற்போது முடியவே முடியாத அல்லது உடனடியாக வெற்றியடைய வாய்ப்பில்லாத விஷயங்களை ஒத்திப் போட்டு விட்டார்கள். இதனால் கூகிளுக்குத் தேவையில்லாத விஷயங்களில் கவனம் செலுத்துவதை விட்டுவிட்டு, கூகிளின் சரியான தயாரிப்புகள் மீது சுந்தர் பிச்சையால் கவனம் செலுத்த முடியும்.

▼

வருங்காலத்தை நோக்கி

'பல நிறுவனங்கள் தொடர்ந்து வெற்றியைத் தக்க வைத்துக் கொள்வதில்லை. அவர்கள் செய்யும் தவறு என்ன தெரியுமா? வருங்காலத்தைப் பற்றி யோசிக்க அவர்கள் விட்டு விடுகிறார்கள்.'

- லாரி பேஜ்

பார்ப்பதற்கு வழக்கமான நிறுவனங்களுள் ஒன்றாக அது மாறத் தொடங்கியபிறகும் அப்படிப்பட்ட நிறுவனம் அல்ல என்று தொடர்ந்து நிரூபித்துக் கொண்டே இருக்க வேண்டிய கட்டாயம் பிச்சைக்கு இருக்கிறது. இப்போதும் கூகிளின் வருமானத்தில் 85 சதவிகிதம் விளம்பரங்களில் இருந்துதான் வருகிறது. அப்படிப் பார்த்தால் இது ஒரு வழக்கமான ஊடக நிறுவனம் என்று சொல்லலாமா?

விளம்பரதாரர்கள் மற்றும் பயனர்களின் அணுகுமுறையில் மாற்றங்கள் ஏற்படும் சமயத்தில் இவ்வளவு வருமானமும் அதிலிருந்து மட்டுமே கிடைத்துக் கொண்டிருப்பது என்பது ஆபத்தான விஷயம்தான். அல்லது இன்னொரு தொழில்நுட்ப வல்லுனர் தன்னுடைய புத்திசாலித்தனமான கண்டுபிடிப்புகள் மூலம் இவை அனைத்தையும் தன் பக்கம் ஈர்த்துக் கொள்ளலாம்.

தகவல்களைப் பரிமாறிக் கொள்ள அல்லது விளம்பரம் கொடுக்க அந்தத் தொழில்நுட்பத்துக்கு இணையமோ, கைப்பேசியோகூட தேவைப்படாமல் இருக்கலாம். அப்படி ஒரு சம்பவம் நடந்தால் கூகிள் என்ற நிறுவனமேகூட இல்லாமல் போகலாம். இதனால் கண்ணுக்குத் தெரிகிற போட்டியாளர்களை மட்டுமல்ல, இனிமேல்

வரக்கூடிய தொழில்நுட்பத்தையும், கருவிகளையும்கூடக் கணித்துக் கொண்டே இருக்கிற பொறுப்பும் அதற்கு தகுந்தாற்போல மாறவேண்டிய பொறுப்பும் சுந்தர் பிச்சைக்கு இருக்கிறது.

▼

புத்திசாலிகளுக்குக் கடைசி வார்த்தைகள்

*ஃ*பிரான்காயிஸ் ரபெலியாஸ். இவர் ஒரு கவிஞர். அவருடைய கடைசி வார்த்தைகள்,

'நான் மிகச் சிறந்ததைத் தேடிப்போகிறேனோ என்னவோ'. அந்தக் கவிஞரின் வார்த்தை களைத்தான் நான் செய்யப்போகிறேன்.

மிகச் சிறந்ததைத் தேடிச் செல்லப் போகிறேன்

ஆனால் இறப்பதற்கு முன்னாலேயே'.

- ஜான் க்ரீன்

தன்னுடைய முந்தைய ஆசிரியரான லாரி பேஜிடம் இருந்து கோடிக்கணக்கான டாலர்கள் மதிப்புள்ள உலகின் மதிப்புமிக்க நிறுவனங்களுள் ஒன்றான கூகிளின் பொறுப்பை ஏற்றிருக்கிறார் சுந்தர் பிச்சை. கைப்பேசிகளின் சந்தையைப் பொறுத்தவரை ஆண்டிராய்டுதான் முன்னணியில் இருக்கிறது. மேகக்கணிமையைப் பொறுத்தவரை அமேஸான், மைக்ரோசாஃப்ட், ஐபிஎம் ஆகியவற்றுக்குப் பின்னால் கூகிள் இருக்கிறது. அதிலும்

மைக்ரோசாஃப்ட், ஐபிஎம் நிறுவனங்களுக்கு மிக அருகிலேயே பின்னால் நின்று கொண்டிருக்கிறது. தேடலைப் பொறுத்தவரையில் அதுதான் ராஜா. பிங்கும் யாஹூவும் அருகே நெருங்கி வந்து கொண்டிருக்கின்றன. கைப்பேசி விளம்பர சந்தையில்தான் இன்மொபி, மில்லினியல் மீடியா போன்றவற்றோடு அது போட்டி போட இருக்கிறது. மற்ற எல்லாத் தயாரிப்புகளையும் பொறுத்தவரை முதல் ஐந்து இடங்களில் ஏதோ ஒன்றில் இருக்கிறது.

சுந்தர் பிச்சையின் மிக முக்கிய சவால் இவை எல்லாவற்றையும் பேணுவது மட்டுமல்ல, அடுத்தக்கட்ட வளர்ச்சியை நோக்கி நகர்த்துவதும்தான். கூகிள் என்ற பெரிய நிறுவனத்தைக் கணக்கில் கொண்டு பார்க்கும்போது வளர்ச்சி என்பதே மிகப் பெரிய அளவில் இருப்பதுதான்.

தேடல், மேகக் கணிமை, கைப்பேசி ஆகியவற்றைப் பற்றி கூகிளின் புதிய தலைமை நிர்வாக அதிகாரி அதிகம் யோசிக்க வேண்டும். என்றாலும், இன்னும் நடக்காத, இன்னும் கண்டுபிடிக்கப்படாத சிறந்ததாக இருக்கக்கூடிய விஷயங்களையும் அவர் தேடிக்கொண்டே இருக்க வேண்டும். கூகிளை மறுபடியும் வலுவாக்கத் தேவையான விதை அதில் கிடைக்கக்கூடும். அந்தத் தேடலில் கிடைக்கும் விதைதான் மறுபடியும் கூகிளை வலுவான விருட்சமாக்கும்.

■